சோகி சிவா

தேனம்மை லெக்ஷ்மணன்

டிஸ்கவரி பப்ளிகேஷன்ஸ்
எண்: 9, பிளாட் எண்: 1080A, ரோஹிணி பிளாட்ஸ்
முனுசாமி சாலை, கே.கே.நகர் மேற்கு,
சென்னை - 600 078. பேச: 99404 46650

வெளியீட்டு எண்: 0213

சோகி சிவா (நாவல்),

ஆசிரியர்: **தேனம்மை லெக்ஷ்மணன்**©

Sogi Siva (Novel),

Author: **Thenammai lakshmanan**©

Print in India

1st Edition: Apr - 2023

ISBN: 978-93-95285-40-7

Pages - 152

Rs - 170

Publisher • Sales Rights

Discovery Publications
No. 9, Plot,1080A, Rohini Flats,
Munusamy Salai,
K.K.Nagar West, Chennai - 78.
Tamilnadu, India.
Mobile: +91 99404 46650

Discovery Book Palace (P) Ltd
No. 1055-B, Munusamy Salai,
K.K.Nagar West,
Chennai-600 078.
Ph: (044) 4855 7525
Mobile: +91 87545 07070

discoverybookpalace@gmail.com / www.discoverybookpalace.com

இந்த நூலில் பிரசுரமாகியுள்ள எந்த ஒரு பகுதியையும் எழுத்துபூர்வமான முன்அனுமதி பெறாமல் எடுத்தாள்வதோ, மறுபிரசுரம் செய்வதோ, மொழியாக்கம் செய்வதோ, ஊடகங்களில் மறுபதிப்புச் செய்வதோ, காப்புரிமைச் சட்டப்படி தடை செய்யப்பட்டுள்ளது. இந்த நூலிலிருந்து சில பகுதிகளை மேற்கோள்காட்டி நூல்அறிமுகம் செய்யலாம்.

உங்கள் மொபைல் போனிலிருந்து ஸ்கேன் செய்து 'டிஸ்கவரி புக் பேலஸ்' மொபைல் ஆப்பை டவுன்லோடு செய்து, புத்தகங்களை வாங்குங்கள்.

Scan and download

சமர்ப்பணம்

அன்பிற்கினிய பாட்டி ஆயாக்களுக்கு...

என்னுரை

வெக்கையும் கரம்பையும் நிரம்பிய செட்டிநாட்டு மண்ணில் செம்புறாங்கற்களின் மேல் கம்பீரமாய் நிற்பவை வலசை வந்த நகரத்தார்களின் இல்லங்கள். அங்கே இந்த நூற்றாண்டு வரை கொண்டு விக்கச் சென்ற கணவர்களை எதிர்நோக்கி வாழ்ந்து வரும் ஆச்சிகள் ஏராளம். சிவகங்கை மாவட்டத்தின் காரைக்குடி மற்றும் சுற்றுவட்டாரத்தில் உள்ள 72 ஊர்களில் வாழ்ந்து வரும் ஆச்சிகள், ஆயாக்கள், அப்பத்தாக்கள், பாட்டி ஆயாக்களில் அனைவரிலும் நாம் வாழ்வரசிகளையே அநேகம் காவிய நாயகிகளாகப் பார்த்திருப்போம். ஆனால், அந்தக் கோட்டை வீடுகளில் கணவனைப் பிரிந்த வெள்ளைச்சீலைக்கார ஆச்சிகளின் தனிமைத் துயர் அவர்களால் மட்டுமல்ல. வேறு எவர்களாலும் வரைந்து காட்டப்படவே இல்லை, இன்றுவரை.

பணங்காசு, உறவுமுறை, வாழ்க்கைநெறி ஆகியவற்றில் கட்டுக்கோப்புடன் வாழ்ந்து வரும் ஒவ்வொரு வெள்ளைச் சீலைக்கார ஆச்சியின் துறவும் ஞானியரின் தவத்துக்கு ஒப்பானது. அவர்களின் கோபம் மற்றும் அனைவரையும் தூரத்தில் வைக்கும் அவர்களது செயல்களை வெறுக்கும் நாம், அவர்களுக்குள்ளும் ஒவ்வொரு நொடியிலும் துடிக்கும் வாழ்வுக்கான ஆசைகளைப் பற்றித் தெரிந்து உணர்ந்து கொள்ளவே சிவகாமி என்ற ஆச்சியை இக்கதையின் நாயகியாகப் படைத்துள்ளேன்.

படாடோபம், ஆடம்பரம், பகட்டு, செல்வச்செழிப்பு, சாதி, இனம், மதம் எல்லாம் தாண்டி எல்லா மனித உயிரும் ஏங்குவது சராசரியான வாழ்வியல் இன்பங்களைப் பெறுவதற்குத்தான். அவை ஏதும் வாய்க்கப் பெறாவிட்டாலும் வீடு, சொத்து, காசு பணம், நகை நட்டு இவை அள்ள அள்ளக் குறையாமல், எவ்வளவு இருந்தாலும் அனைத்தையும் தான் துளிக்கூட அனுபவிக்காமல் பிறர்க்குச் சேர்த்து வைத்துச் செல்வதே இத்தகைய ஆச்சிகளின் பணி.

வெள்ளை உடை என்பது அக்காலத்தில் விதிக்கப் பட்டது. அந்த வெள்ளைச்சீலைக்கார ஆச்சிகளின் வாழ்க்கையையும் அவர்களின் முதுமையின் தனிமைத் துயரையும் அருகில் இருந்து பார்த்துப் பரிதவித்ததின் விளைவே இக்கதை. சில நூற்றாண்டுகளாக இவ்வாறு தனிமையில் தவித்து வாழும் பெண்களாகிய நம் ஆயாக்கள், அப்பத்தாக்கள், பாட்டி ஆயாக்களின் துயரை இக்கதை மூலம் இறக்கி வைத்துள்ளேன்.

காலம் மாறிவிட்டது. கோட்டை வீடுகள் இடிந்து விட்டன. கலப்புத்திருமணங்கள் பெருகிவிட்டன. இன்று பெண்களுக்கான வெளி, பிரபஞ்சத்தின் எல்லைவரை நீண்டுவிட்டது. இது ஒரு சமூகத்தின், வாழ்வியலின் ஆவண மிச்சம்.

இதற்கு அட்டைப்படம் வரைந்த ஓவியர் திரு பிரபாகரன் அவர்களுக்கும், முன்னுரை கொடுத்த திரு துரை.அறிவழகன் அவர்களுக்கும், இந்நூலைப் பதிப்பித்த டிஸ்கவரி பதிப்பகத்துக்கும், சகோதரர் மு.வேடியப்பன் அவர்களுக்கும் மனமார்ந்த நன்றிகள்.

அன்புடன்,

தேனம்மை லெக்ஷ்மணன்

'பால்சுரக்கும் பாளை'

கால ஊற்றில் இருந்து கசியும் நீர் குடித்த பொடிக் குருவி ஒன்றின் பார்வையில் இருந்து விரிகிறது, நகரத்தார் கலாசார வாழ்வும் அவர்களின் தத்துவமும்.

ஆச்சி, அப்பச்சிகள் என வாழ்ந்த மூதாதையர் சமூக வாழ்வின் சாரத்தின் ரேகைகளோடு தன் கதை வரைபடத்தை வரைந்துள்ளார் நாவலாசிரியர்.

சுண்ணாம்புக் கலவை, கருப்பட்டி, கடுக்காய்களை அரைத்து, முட்டையின் வெள்ளைக்கருவுடன் கலந்த கலவையில் சுவர் பூச்சு; ஓடைக் கற்களைக் கொண்டுவந்து கைச் சூளையில் நீர்த்த சுண்ணாம்புக் கலவையில் சுதைச் சிற்பங்கள்... இப்படி வீடு கட்டுவதற்கு என்றே வாழ்ந்தவர்கள் நகரத்தார்கள்.

இளையாத்தங்குடியை ஆதி கோவிலாகக் கொண்டு ஒன்பது நகரக் கோவில்களை உள்ளடக்கிய நிலவியல் எல்லைகளைக் கொண்டவர்கள் நகரத்தார்கள். தெற்காசியா, ஐரோப்பிய தாக்கத்தில் உருவான கலை இவர்களுடையது.

இந்த நகரத்தார் வாழ்வியல் பண்பு ரேகைகளை அடி நிலமாகக் கொண்டு தளிர் இலை காட்டியுள்ளது 'சோகி சிவா' நாவல்.

"கரும்பு தின்னவனுக்கு கரும்பு ருசி; வேம்பு தின்னவனுக்கு வேம்பு ருசி" என்றொரு 'சொலவம்' உண்டு. இந்த நாவலின் மொழி தனி ருசி; வாசிப்பு உணர்த்தும் அந்தச் சுவையை. சிறு கோடுகளில் அழுத்தமான சித்திரத்தை உயிர்ப்பித்துவிடும் நேர்த்தியான மொழி கட்டமைப்பு கொண்ட எழுத்து நடை இந்த நாவலாசிரியருடையது. இயல்பில் அமைந்த மொழி.

இயற்கையின் அழகுகள், பாரம்பரிய பண்பாட்டு வேர்கள், நகரத்தார் வாழ்வியல் கட்டமைப்பு இவை அனைத்தும் கரைந்த நிலத்தில் நடவு கண்டுள்ளது நாவல்.

"கிளிப்பிள்ளைகளும் சட்டாம்பிள்ளைகளும் பெருத்துப் போன சனநாயாகக் காலம்" என்று தன் சம காலத்தைக் குறித்துச் சொல்லுவார் கி.ராஜநாராயணன். இப்படியான ஒரு காலத்தில் எளிமையின் தனித்த அழகுடன் மலர்ந்து உள்ளது இந்த நாவல். இருண்மை உலகமோ படிம அடுக்குகளோ இல்லாத சுனை நீர் ஓட்டத்தில் அமைந்த கதைப் போக்கு.

அடுக்கப்பட்ட நாழி ஓடுகளின் பாசிப் படர்வுகளில் இருந்து முகம் காட்டும் தாவர அழகுடன் வரையப்பட்டுள்ள நாவல் இது. 'நகரத்தார் வட்டார மொழியின் கலை வடிவ ஆவணம்' என்று 'சோகி சிவா' நாவலைக் குறிப்பிடலாம்.

ஆதி கிராமங்கள் பனை சூழ்ந்தவை. பனைகளில் 'கள்ளப்பனை'கள் உண்டு. எல்லா பனை ஏறிகளுக்கும் பால் சுரந்துவிடாது, இந்தப் பனைகள். கலாபூர்வ எழுத்துகளை சுரக்கும் கைவாகு எல்லா எழுத்தாளர்களுக்கும் வாய்க்காது.

தேனம்மை அவர்களின் கைகள் கள்ளப்பனைகளின் பாளைகளில் பால் சுரக்கச் செய்யும் கைகள்.

தேனம்மை லெக்ஷ்மணன்

"பெத்தவள்தான் பேரும் வைக்கணும் என்பார்கள். வைத்த பெயர் துலங்கணுமே என்கிற கவலை படைப்பாளிக்கு.

எதுவும் நம்மிடம் இல்லை என்கிறது அனுபவச் சொல். ஆகக் கடைசியில் உலகம்தான் ஒரு பெயரை வைக்கும். அதுவே நிலைச் சட்டமாகும்."

– 'வேதபுரத்தார்க்கு' நாவலின் முகப்பு உரையை இப்படி ஆரம்பிப்பார் கி.ரா.

முகப்பு நிலையில் இருக்கும் கலை அழகுமிக்க சூரியப் பலகையின் நேர்த்தியுடன் வடிவமைக்கப்பட்டுள்ளது 'சோகி சிவா' நாவல்.

சிறப்பான அடையாளம் பெற வாழ்த்துகள்!

- துரை.அறிவழகன்

1

ரெட் ஆக்ஸைட் தடவிய பத்தியில் அமர்ந்து, வெள்ளைச்சீலையின் முந்தானைக்குள் இடதுகையால் ருத்ராட்சத்தைப் பிடித்து வலதுகையால் உருட்டி எண்ணியபடி வாய்க்குள் பஞ்சாட்சரம் ஓதிக்கொண்டு இருந்தாக சோகி ஆச்சி. மந்திரத்தை வாய்க்குள் முணங்கிக்கொண்டே அங்குமிங்கும் பார்வையை ஓடவிட்டுக்கொண்டிருந்தாக. உபதேசம் கேட்டதால் உடலின் பதினாறு இடங்களிலும் விபூதிப்பட்டைகள் வெளீரிட்டுக்கொண்டிருந்தன.

நடுவாசலில் பெரிய ஆர்லிக்ஸ் பாட்டிலில், வகிர்ந்து உப்புப்போட்டு நீரில் ஊறவைத்த நார்த்தங்காய்கள் வேடுகட்டி வெய்யிலில் காய்ந்து கொண்டிருந்ததன. இன்னொரு பங்குக்காரியான உலகியின் பேரன்பேத்திப் பட்டாளம் லீவுக்கு வந்திருந்தது. வெய்யில் ஏற ஏற நார்த்தங்காயின் வாசமும் மேலேறி மணத்துக் கொண்டிருந்தது.

சேட்டை பிடித்த வானரங்கள் ஒவ்வொன்றும் கல்தூணில், நாகத்தில் ஏறுவதும் பின் பட்டியக்கல் விட்டுப் பட்டியக்கல் ஓடுவதுமாகத் திரிந்தன. இன்னும் ஒன்னரை மாசமாகும் இதுக எல்லாம் பள்ளிக்கோடம் போக. அதுவரைக்கும் இங்கே ஆட்டபாட்டம்தான்.

'வெய்யில் வீணாய்ப் போகுமே' என்று தினம் ஒன்றைக் காயவைப்பதும், பிள்ளைகளை மிரட்டுவதும் சோகி ஆச்சியின் வேலை. நேத்திக்கு எல்லாம் கத்திரிவத்தலும் அவரை வத்தலும்தான் காய்ந்தன. கொட்டிப்போனாலும் பொறுக்கி வைக்கலாம். இன்னிக்கு ஆர்லிக்ஸ் பாட்டிலில் ஊறிய நார்த்தங்காய், திருவையாறிலிருந்து அவுக ஒண்ணுவிட்ட பெரியப்பச்சி மகமிண்டி கொண்டாந்தது. ஒரு வாரமா உப்பில் ஊறிய அது இன்னிக்குத்தான் வெய்யிலைப் பார்த்திருந்தது.

காய்ச்சல் அடிச்சால் சோகி ஆச்சி இந்த ஊறுகாயில் ஒரு துண்டைப் பிய்ச்சுத்தான் ஒடைக்கஞ்சியில் கரைச்சுக் குடிப்பாக. ஆச்சி தாம்பாளத்தையும் பஞ்ச பாத்திரத்தையும் உத்தரிணியையும் எடுத்துக்கொண்டு சாமிவீட்டைப் பூட்டிக்கொண்டு சமையலறையில் வைக்கப் போனாக.

சாமிவீட்டுச் சாவியை மூன்று முறை திருகி 'லடக் லடக்' என்று பூட்டுவதற்குள் கீழ்வாசலில் ஏதோ களேபரம். "ஆயா இந்த சோமு உங்க ஊறுகா பாட்டிலத் தள்ளி விட்டுட்டான்!" 'கல்லா மண்ணா' ஆடிக்கொண்டிருந்த அனைத்தும் விதிர்விதிர்த்து நின்றன. சோமு பதறி, "இல்ல ஆயா, நான் சுத்தித்தான் ஓடினேன். இந்த அழகுதான் தள்ளிவிட்டான்!" என்றான்.

என்ன தெய்வாதீனமோ, உருளச் சாய்ந்த ஆர்லிக்ஸ் பாட்டில் அதைச் சுற்றிக் கனமாக வேடு கட்டியிருந்த வேட்டியின் பலத்தில் படுக்கை வசத்தில் உருண்டபடியே இருந்தது. உப்பில் ஊறிய தண்ணீர் கொஞ்சம் கொஞ்சமாகக் கசிய ஆரம்பிக்க, அனைத்தும் வளவில் இருந்து அவுக ஆயாவீட்டு அடுப்படிக்கு ஓடின.

வேகமாகப் போய் பாட்டிலைப் பிடித்து நிமிர்த்திய சோகி ஆச்சி, "அடப் பாயிவரப்பாய்ங்களா, பட்டுக்கிடப் பாய்ங்களா இத ஒடைக்கன்னு வந்திருக்காய்ங்க பாரு" என்று திட்டிக்கொண்டே எடுத்துப் போனாக.

சோகி சிவா

அவுக அடுப்படிக்கு எதிர் அடுப்படிதான் உலகி ஆச்சி வீட்டு அடுப்படி. அவுக வீட்டில எப்பவும் புள்ளையும் குட்டியும் குஞ்சும் குளுவானுமா இருக்கும். எந்நேரமும் எதாவது வெந்துகொண்டே இருக்கும். ஆக்கி அவிச்ச மணியமா இருக்கும். நாள் கிழமைன்னு இல்ல எந்த நாளும் நாலு பேராவது அடுப்படிப் பத்தியில் உக்கார்ந்து உண்ணுக்கினே இருப்பாக.

சீசாவைத் தடவித் தடவிப் பார்த்தாக சோகி ஆச்சி. ஓரெடத்துல கொஞ்சம் தெறிச்சாப்புல இருந்ததால மோர்மான் ஜாடில ஒவ்வொரு நார்த்தங்காயா எடுத்து வைச்சிக்கிட்டு இருந்தாக சோகி ஆச்சி. "ஆச்சி புள்ளக தெரியாம தள்ளிப்புடுச்சுக நீங்க அந்த ரெண்டாங்கட்டுப் பட்டியக்கல்லுல வைச்சீகன்னா புள்ளக அங்கன போகமாட்டாக" அப்பிடின்னாக உலகி ஆச்சி.

"சீசா தெறிச்சுப் போச்சு. அருமையான சீசா. நான் ஊறுகா போட்டா இதுல வைச்சுக் காயவைச்சுத்தான் பீங்கான் ஜாடிக்கோ மோர்மான் ஜாடிக்கோ மாத்துவேன். அருமையான சீசா எங்கல்யாணத்துக்கு சீர்ல வைச்சது. அப்பச்சி மலயாவிலேருந்து ஆர்லிக்ஸ் வாங்கியாந்தா இதுலதான் அள்ளி வைப்போம். மூடில பேர் அடிச்சிருப்பாக" என்று மூடியைக் காட்டி அதன் பெருமைகளைக் கோவமாகவும் சலிச்சபடியும் சொன்னாக சோகி ஆச்சி.

'என்ன பண்ணுறதுன்னு பரிதவிப்போடு பார்த்துக்கிட்டு இருந்தாக உலகி ஆச்சி. வேற சீசா கொடுத்தாலும் சோகி ஆச்சி சமாதானப்படப் போவதில்லை. அமைதி காத்துவிட்டு தன் அடுப்படிக்குத் திரும்பி அங்கே அடங்கி ஒடுங்கி அமர்ந்திருந்த பேரன் பேத்திகளிடம் "அட அரசாளுவைகளா... சும்மாவே கெடக்க மாட்டேங்குறீக. தெனம் ஒரு ரோதனையாப் போச்சு. இனி எதையாச்சும் ஒடைச்சீகன்னா ஒங்க ஆத்தா வரும்போது சொல்லிர வேண்டியதுதான். அவ வந்து சாத்துனாத்தான் சரிப்படும்!"

தேனம்மை லெகூழ்மணன்

"அட விடுங்காச்சி. சின்னப் புள்ளைகளுக்குத் தெரியுமா. அதுக ஆடத்தான் செய்யும். எப்பப்பாரு எதையாவது ஒன்னைக் காயவைக்கணும், ஒரண்டை இழுக்கணும். இதே பொழைப்பாய்ப் போச்சு அந்தாச்சிக்கு. ஏன் அடுப்படிக்குள்ள மத்யானம் வரைக்கும் வெய்யில் விழுகுதுல்ல... அதுல வைக்கலாமில்ல. இத வெளியில வைக்கிறதே சோதிச்சுப் பார்க்குறதுக்குத்தான். சாமியக் கும்பிட்டுக்கிட்டே ஒரு கண்ணைத் தொறந்து தொறந்து பார்த்துக்கினு இருக்காக. பொருளை மனுச மாதிரிப் பாதுகாக்குறாக. மனுசரப் பொருள் மாதிரி நடத்துறாக. அவுக வாழ்க்கையைப் பார்த்தாலே தெரியலையா. விடுங்காச்சி" என்று சொல்லிப் போனாள் மேவேலை செய்யும் சோலை.

இதைக் கேட்டுக்கொண்டே வந்த சோகி ஆச்சிக்கு மனசெல்லாம் எரிந்தது. 'வேலைக்காரிகூட நம்மளப் பேசுறாளே. அவ்வளவு எடம் கொடுத்து வைச்சிருக்காக. நாம பிறந்த ஓவியம் என்ன? வளந்த ஓவியம் என்ன? வாக்கப்பட்ட ஓவியம் என்ன?' என்று நினைத்துக் கொண்டே அடுப்படிக் கதவை அறைந்து சாத்தி, கொக்கி போட்டுவிட்டு அங்கே இருந்த பெஞ்சுக் கட்டிலில் சாய்ஞ்சாக.

2

சிதம்பரம் நடராஜர் கோவிலில் 'எள் போட்டால் எண்ணெய் விழும்' கூட்டம். குங்கிலியத்தைக் காட்டிச் சிரசின்மேல் கரம்கூப்பி வணங்கிக்கொண்டிருந்தாக ஆவுடையப்பன் செட்டியார். "தொல்லை இரும்பிறவிச் சூழும் தளை நீக்கி" என்று அவுக திருவாசகம் சொல்லச் சொல்ல கூட்டத்தை இடித்துக்கொண்டு காவக்கார செந்திலண்ணன் உள் நுழைந்தார்.

பிரதோஷ உலா புறப்பட்டுக்கொண்டிருந்தார் சிவன். பின்னேயே பிரதோஷ வலம்வர கும்பல் நெருக்கிக் கொண்டிருந்தது. பெருமாளின் சந்நிதியிலிருந்து சிவன் சந்நிதிவரைக்கும் ஒரு கூட்டம் அலைபோலத் தள்ளித் தள்ளித் தள்ளாடிக்கொண்டிருந்தது. தூணைப் பற்றியபடி நின்றுகொண்டிருந்தாக ஆவுடையப்ப செட்டியார்.

ஆருத்ரா தரிசனமென்ன, ஆனித்திருமஞ்சனமென்ன எல்லாம் அவுகளோட காரைக்குடியார் மடத்துக் கட்டளைப்படி நடந்துகொண்டிருந்தது. சம்பாப் பாவாடை, ஜிலேபிப் பாவாடை, லட்டுப்பாவாடை என்று வயல் வரத்து, வெளிநாட்டுப் பணம், வட்டிக்கடை வரவு செலவு சிக்கலில்லாமல் வசூலாவது என்று ஏதாவது வேண்டிக்கொண்டு சாத்துவாக. அதனால் தீக்ஷிதர்கள் எல்லாருக்கும் அவுகளைத் தெரியும். அவுகளைக் கோயிலில் பார்த்ததுமே தமது விபூதிப் பையில் இருந்து திருநீறை எடுத்துக் கொடுத்து உரையாட ஆரம்பித்துவிடுவார்கள்.

தேனம்மை லெக்ஷ்மணன்

செந்திலண்ணன் செட்டியாரின் கைபிடித்து இழுக்க அவுகளோ விடையேறும் பாகன் பின் நகரத் துவங்கினாக. "அப்பச்சி ஒரு விசயம்..." என்று வலுக்கட்டாயமாக அவுகளைப் பிரித்து அழைத்து வந்தான் செந்திலண்ணன். கையை உதறி "என்னடா அவசரம்? பிரதோஷம் முடியட்டும், போவோம்" என்றாக ஆவுடையப்பன்.

"இல்லையப்பச்சி. ஒமையாச்சிக்குப் பிரசவவலி எடுத்து காரைக்குடி சுகுமாரம்மா ஆசுபத்திரில சேத்திருக் காகளாம். பிரசவம் கொஞ்சம் சிக்கலாயிருக்கும் போலே யிருக்காம். காரைக்குடியிலேருந்து பஸ்ஸப் புடிச்சு மூர்த்தி அண்ணேன் வந்து சொன்னாக. கடையில இருக்காக. நான் உக்கார வைச்சிட்டு வந்திருக்கேன்."

இதைக்கேட்டதும் கையும் ஓடவில்லை காலும் ஓடவில்லை ஆவுடையப்பன் செட்டியாருக்கு.

"இன்னும் நாளிருக்கே. ஆத்தா கொப்பாத்தா, என்னாத்தா சோதனை! இருவது நாளாவது இருக்குமே. மலயாவுல இருக்க மகன் கருப்பஞ்செட்டி இங்க வந்த பின்னாடித்தானே நாள் சொன்னாக டாக்டரம்மா. அத நம்பித்தானே இங்கே வட்டிக்கடைக் கணக்குவழக்கைப் பாக்க வந்தேன்."

இடுப்பில் கட்டியிருந்த மேல்துண்டை உருவித் தோளில் போட்டுக்கொண்டாக ஆவுடையப்பன் செட்டியார்.

கோயிலில் ஸ்தலமரத்தின் அருகில் நின்றதால் அதைப் பற்றிக்கொண்டு, 'நடராசா தாயையும் பிள்ளையையும் வேறாக்கிப் பிரிச்சுக் கொடுத்திறப்பா' என்று மனதில் ஆவுடையப்பன் வேண்ட, மாலையின் பொன்வெய்யில் பட்டு பொற்கூரை ஜொலித்தது.

பிரதோஷ உலா முடிந்து சிகண்டி பூரணம் என்னும் மணிகள் ஒலிக்கத் தொடங்கின. 'டிங் டிங் டங்.. டிங் டிங் டங்' என்ற மணிச்சத்தம் கேட்டு அவுக திரும்பிப்

பார்க்க, சிதம்பர ரகசியத்தை விலக்கி தீபம் காட்டிக் கொண்டிருந்தார்கள். விடையேறு பாகன் நந்தியிலிருந்து சண்டீசர் வரை மூன்று முறை பிரதக்ஷண அப்பிரதக்ஷண உலா வந்து இறக்கி வைக்கப்பட்டிருந்தார்.

கூட்டத்தில் சன்னிதிக்குக் கிட்டே செல்வதற்கு நேரமாகும் என்று இங்கிருந்தே கன்னத்தில் போட்டுக் கொண்டு வேகமாக வெளியே விரைந்தாக ஆவுடையப்பன் செட்டியார்.

"என்னப்பா ஆச்சு?" என்று மூர்த்தியிடம் விசாரிக்க, "அண்ணே என்னவோ ஆச்சிக்குக் பனிக்கொடம் ஒடைஞ் சாப்புல சொன்னாக. ஒங்களைக் கையோடக் கூட்டியாரச் சொன்னாக ஒமையாச்சி அப்பச்சி, முருகப்பண்ணன்" என்றான்.

'விஷயம் ரொம்பக் கடுசாத்தான் இருக்கும் போலிருக்கே. தாயுமானவரே நீதான் காப்பாத்தோணும். வாழத்தாரு வாங்கிச் செலுத்துறேன். காப்பாத்திக் கொடப்பா' என்று வேண்டிக்கொள்ளும்போது கவுளி தட்டியது பல்லி. 'தட் தட்' என்று கையால் வட்டிக்கடைக் கவுண்டாரில் தட்டியவர்கள் அதன் மேல் இருந்த சாமிகளை வணங்கி, குலசாமிகளுக்குக் காசெடுத்து வைத்து விபூதி பூசிக்கிட்டாக.

"வேலு, ப்ளஷர் காரை கடைக்கு முன்னாடிக் கொண்டுவாப்பா" என்று கூறிய ஆவுடையப்பன் செட்டியார், "எதுக்கும் கோவில் வழியாப் போய்ப் போப்பா" என்றார்கள்.

கார் கோவிலைக் கடந்தபோது, கோபுரத்தைப் பார்த்து கன்னத்தில் போட்டுக் கொண்டார் ஆவுடையப்பன் செட்டியார். அப்போது, அவர்களின் இடதுபுறத் திலிருந்து வலதுபுறமாக க்ரீச்சிட்ட சத்தத்தோடு வலியன் குருவி ஒன்று கடந்து போனது.

3

“அய்த்தான் வாங்க வாங்க” என்று சம்பந்தியைப் பார்த்ததும் இரு கரங்களையும் பிடித்துக்கொண்டாக முருகப்பன் செட்டியார். கண்கள் கலங்கி இருந்தன. அவுக மனைவி சீதாளும் கண்கலங்க நின்றிருந்தாள்.

அர்த்தசாமம் ஆகியிருந்தது. சில்வண்டுகள் ரீங்கரித்துக் கொண்டிருந்தன. செக்காலை சுகுமாரம்மா ஆஸ்பத்திரி, விளக்குவெளிச்சத்தில் மஞ்சளாய் தெரிந்தது. கைராசிக்கார டாக்டர் என்று பெயர் வாங்கியவர் அந்த சுகுமாரம்மா. அநேகமாகத் தாயும் சேயும் நலமாகி, அந்தச் சேய்களும் திருமணமாகி, தாயாகி அந்தம்மாவிடமே பிள்ளை பெற்றுக்கொண்டிருக்கிறாக.

“அம்மா எப்பிடியும் காப்பாத்திருவாக. கவலைப்படாதீக. நடராசரும் தாயுமானவரும் தொணையிருப்பாக. எங்க ஆதீனமிளகி ஐயனாரும் உங்க ராங்கியம் கருப்பரும் தலைமாட்டுல காவல் இருப்பாக” என்று அவர்கள் இருவரையும் தேற்றினாக ஆவுடையப்பண்ணன்.

ஆபரேஷன் தியேட்டரிலேயே கிட்டத்தட்டப் பத்துமணி நேரமாக சுகப்பிரசவம் ஆக முயற்சித்துக் கொண்டிருந்தார் சுகுமாரம்மா. காலையில் பத்து மணிக்கு ஒமையாள் ‘நீர் கொடிபோல எறங்குது. நிக்கலை’ என்று சொல்ல சோதனைக்காக அழைச்சுக்கிட்டு வந்திருந்தாக முருகப்பனும் சீதாளும்.

“அந்தக்காலத்துல எங்களுக்கெல்லாம் அடுப்படிப் பத்தியிலேயே வலியெடுத்துப் பொக்குன்னு புள்ளை பொறந்திரும். நாங்க ஆசுபத்திரி எல்லாம் போனதில்லை. இவளுக்கும் அப்பிடித்தான் ஓமையா பொறந்துட்டா. இப்பதான ஊசி மாத்திரை ஆசுபத்திரி எல்லாம்...” என்று சொல்லிக்கிட்டிருந்தாக ஓமையாளின் ஆயா, சீதாளின் ஆத்தா லெச்சுமி ஆச்சி.

உள்ளே ஓமையாளின் குரல், வலியோடு கேட்டுக் கொண்டிருந்தது. முக்கி முக்கி முனகிப் பதறி கால்மாற்றிக் கால் வைத்து நின்றுகொண்டிருந்தாள். சிறிதுநேரத்தில் ஓமையாளின் குரல் இன்னும் உரக்கக் கேட்டது. கேக்கும்போதெல்லாம் பதறியது அனைவருக்கும்.

“நேரங்கெட்ட நேரத்தில் இந்தாச்சி வேற என்னத்தையாவது பேசிக்கிட்டு இருப்பாக. விஷயத்தோட தீவிரம் தெரியாம. நல்லவேளை இன்னும் வீட்டுல வைச்சிராம ஆசுபத்திரில கொண்டுவந்து சேர்த்தாகளே” என்று நினைச்சாக ஆவுடையப்பன் செட்டியார்.

நர்சுகள் உள்ளே செல்வதும், வெளியே வருவதுமாக நேரம் போய்க்கொண்டிருந்தது.

“பனிக்கொடம் ஒடைஞ்சிட்டதால சீக்கிரம் பிள்ளைய எடுத்துர்றது நல்லது. ஆனா தலை திரும்பல. லேசா வெட்டிவிட்டு ஆயுதம் போட்டுத்தான் எடுக்கணும். ஏற்கெனவே ரத்தப் போக்கு இருக்கு!”

சீதாளையும், லெச்சுமி ஆச்சியையும் கூப்பிட்டு டாக்டர் சொன்ன விஷயம் முருகப்பண்ணன் மூலம் ஆவுடையப்பண்ணனுக்கு வந்தது. எல்லாரும் அரை குறை மனத்தோடு சம்மதிக்க, சுகுமாரம்மா ஆபரேஷன் தியேட்டருக்குப் போனார்கள்.

முக்கால்மணி நேரம் கடந்திருக்கும். ஆந்தை ஒன்று கர்ணகடூரமாகக் கூவியது. சடசடவென மரக்கிளை

யிலிருந்து பட்சிகளின் இறக்கைச் சத்தம் கேட்டு ஓய்ந்தது. 'அட சட்' என்று வராந்தாவில் வந்து வானம் பார்த்து வெறிச்சாக ஆவுடையப்பன். முள்படுக்கையில் கிடப்பது போலிருந்தது அவுகளுக்கு. கணம் ஒவ்வொன்றும் யுகம் போவதுபோல் நகர்ந்தது.

"ங்கா... ங்கா" என்ற சப்தம் உலுப்ப, அனைவரும் எழுந்து ஓடினார்கள். சிறிதுநேரம் கழித்து நர்ஸம்மா வெளியே வந்து, "பொம்பளப் புள்ள பொறந்திருக்கு" என்ற நல்ல சேதியைச் சொன்னாள்.

"ஆத்தா, சிவகாமி... பொறந்துட்டியா" என்று வாய் நிறைய ஆசையோடு சத்தமாகச் சொன்னாக ஆவுடையப்பன். அவர்கள் மனைவியின் பெயர் சிவகாமி. இதைக்கேட்டதும் லெச்சுமி ஆச்சிக்கு என்ன தோணியதோ "சோகியே வந்து பொறந்துட்டா... சோகு ஆத்தா சோகு" என்றார்கள். அதைக் கேட்டதும் ஆவுடையப்பண்ணன் முகம் கோணியது.

"சோகின்னாவது சொல்லுங்க. சோகு, சோகம் எல்லாமில்லை" என்றார்கள்.

"சோகி... சோகு... எல்லாம் ஒண்ணுதானே இவுக என்ன புதுசா சொல்லுறாக" என்று தோள்பட்டையில் முகவாயை இடித்தபடி திரும்பிக்கிட்டாக லெச்சுமி ஆச்சி.

சோகி சிவா

4

“சமத்தி என்ன பெத்தா, தலைச்சன் பொண்ணு பெத்தா” என்ற சொலவடைக்கு ஏற்ப ஒமையா பொண்ணைப் பெத்துட்டா. பதினாறாம் நாள் அன்னிக்குப் புண்யாசனம் பண்ணி, காது குத்தியாச்சு. தொப்புள் கொடியைத் தாயத்துல போட்டு ஆயாவீட்டு ஐயா கொடுத்த சங்கிலியில மாட்டிப் போட்டு விட்டாச்சு. நெத்தியிலயும் கன்னத்துலயும் கறுப்புப் பொட்டு வச்ச சின்னச் சிலை மாதிரி இருந்தா சோகி.

ஆயாவீட்டிலிருந்து வெள்ளித் தொட்டில் கொண்டாந் திருந்தாக. மகன் கருப்பன்செட்டி கப்பல்ல ஏறிட்டானாம். வர இன்னும் நாலு நாள் இருந்தது. ஆனாலும் வீட்டுக்கு அழைக்கணும்கிற சாங்கியப்படி அன்னிக்கு ஒமையாளையும் புள்ளையையும் மாமியா வீட்டுக்கு அழைச்சிக்கினு வந்திருந்தாக அவுக ஆத்தாவீடு.

நாலஞ்சு ஐயாக்க வீட்டுப் பங்காளிகளுக்குச் சொல்லிவிட்டு அவுக எல்லாம் வந்து பார்த்துப் போனாக. “குட்டி சிறுசாத்தான் இருக்கு. இன்னும் ஊறோணும். பால்ல வெள்ளைப்பூண்டை வேகவைச்சுச் சாப்பிடு. வயித்துப்புண் ஆறும். மோரை முறிச்சுப்புட்டு ஊத்தி, கஞ்சியும் தண்ணியுமாக் குடி. அப்பத்தான் புள்ளைக்குப் பால் ஊறும்” என்று பங்காளி வீட்டு ஆச்சிகள் ஆளாளுக்கு யோசனை சொல்லிக்கொண்டிருந்தார்கள்.

மாமியார் சிவகாமி சிவபதவி அடைஞ்சு ரெண்டு வருஷமாகி இருந்தது. கருப்பஞ்செட்டிக்கும் ஓமையாளுக்கும் பத்துவருஷம் புள்ளையில்லாம இருந்து அப்புறம்தான் இவ சனிச்சா. அதுனால கருப்பஞ் செட்டிக்குக் கையும் ஓடல, காலும் ஓடல. போஸ்டாஃபீஸ் லேருந்து அப்பச்சி ட்ரங்கால் புக் பண்ணிப் பேசுனாக, மக பொறந்துட்டானு. அப்பவுலேருந்து கருப்பஞ்செட்டி பறந்துக்கிட்டே இருந்தாக.

இந்தக் கணக்கை முடிச்சிட்டு அடுத்தக் கணக்குக்கு அடுத்த வருஷம்தான் வரணும். அதுவரை கணக்கப்புள்ளை மேப்பார்வையிலேயே இருக்கட்டும். இல்லாட்டி அங்கனயே இருக்குற பங்காளிவீட்டுச் செட்டியாரை பொட்டியடியை மேப்பாத்துக்கச் சொல்ல வேண்டியதுதான் என நினைத்தார்கள்.

நாள் நெருங்க நெருங்க அவுக ஊருக்குப் போய் முட்டாய்த்தட்டில் வைக்க முட்டாய் டின்னும், ரொட்டி டின்னுமா வாங்கிக்கினாக. அடுக்கி மாளல. கிளம்பிப் பத்து நாளாச்சு. இன்னும் நாலு நாள்ல நாகப்பட்டினக் கரை தட்டுப்படும்.

“இன்னும் நாலு நாளுல தம்பி வாரான். அப்பதான் ஒண்ணா மிட்டாய்த்தட்டு வைக்கிறோம். இப்ப வந்தவுக சாப்பிட்டுட்டுப் போங்க. கருப்பையாண்ணே சமையல் அருமையா இருக்கும்” அப்பிடின்னாக ஆவுடையப்பன்.

மணி பன்னிரெண்டை நெருங்கிக்கொண்டிருந்தது. கருப்பையாண்ணே எல்லாருக்கும் சுண்டைக்காய் சூப்பை கிண்ணத்துல ஊத்திக் கொடுத்தாக. “அருமையா இருக்கு கருப்பையா” என்று இன்னொரு கப் வாங்கிக் குடிச்சாக ஆவுடையப்பனின் ஐயாக்க வீட்டுப் பங்காளியான நாவன்னா லெனா.

“கருப்பையா ஆறாவயல்காரன்தானே. உஞ்சனைப் பக்கட்டு அக்காக்கள் சமையலும் நல்லா இருக்கும்”

என்று ஒருவர் சொல்ல, "இன்னிக்கு என்ன சமையல் கருப்பையா" என்று விசாரிச்சாக நாவன்னா லெனா. பட்டாலையில் விரித்திருந்த சமுக்காளத்தில் அமர்ந்து சூப்பியைக் குடித்துக்கொண்டிருந்த செட்டியார்களின் பார்வை இவர்கள் பக்கம் திரும்பியது.

"எண்ணெய்க் கத்திரிக்காய்க் கெட்டிக் குழம்பு, பன்னீர் ரசம், சௌசௌ பால்க்கூட்டு, காங்கிரஸு தொவட்டல், வாழைக்காய் கருவாட்டுப் பொரியல், உருளைக்கிழங்கு சிப்ஸு, பிசினரிசிப் பாயாசம் என்று கருப்பையா சொல்ல "அதென்ன காங்கிரஸு தொவட்ட" என்று நடேசன் செட்டியார் கேட்டாக. "கேரட், பீன்ஸ், முட்டைக்கோஸ் மூணையும் துருவிப்பிட்டுத் தொவட்டுறதுதாண்ணே காங்கிரஸு தொவட்டல்" என்று விளக்கினார் கருப்பையாண்ணே.

"பிங்கலி வெங்கையான்னு ஒருத்தரு அறிமுகப்படுத்துன கொடில மூணு நிறமண்ணே. அதுதான் சிவப்பு, வெள்ளை, பச்சை நடுவே ராட்டைன்னு. அத காங்கிரஸ் கூட்டத்துல அறிமுகப்படுத்துனதால நம்மூர்ச் செட்டு ஆளுக இந்தத் தொவட்டலுக்கு இப்பிடிப் பேர் வைச்சிட்டாக. 'கதர்க்கொடி அல்வா'ன்னு கூட எங்காச்சி ஒரு தரம் மூணு கலர்ல அல்வா கிண்டி அடுக்கிக் கொடுத்துச்சுண்ணே" என்றாக பங்காளி வீட்டு வள்ளியப்பண்ணன்.

"அந்த ராட்டைச் சின்னத்த இப்ப தர்மச்சக்கரமா மாத்திட்டாக அண்ணே. காங்கிரஸ் கொடியைத் தேசியக் கொடியா அறிவிச்சுட்டாக" என்றாக மதறாசில் இருந்து வந்திருந்த நாச்சியப்பன்.

"பேத்தி பொறந்ததுக்கு விருந்து அமர்க்களமா இருக்கே" என்று ஒருவர் சொல்ல, "பேரன் பொறந்திருந்தா ஆவுடையப்பனைப் பிடிச்சுக்க முடியாது" என்று இன்னொருவர் ஆமோதித்தார்.

“அதெல்லாம் ஒண்ணுமில்லண்ணே. நம்ம கையில என்ன இருக்கு. எனக்குப் பேத்தியும் பேரனும் ஒண்ணுதான். எல்லாம் நம்ம நத்தம்தானேண்ணே. ஆயுசோட நல்லா இருந்தாச் சரி” என்று ஆவுடையப்பன் கூறவும் அவுக வீட்டின் எதிரே இருந்த சங்கூதும் இடத்திலிருந்து பன்னிரெண்டு மணிக்கான சங்கு ஒலிக்கவும் சரியாக இருந்தது.

தொட்டிலில் அசந்திருந்த சோகி திடுக்கிட்டுக் கண்விழித்து அழத்துவங்கினாள். ஓமையாளுக்கு ஆயுதம் போட்டு எடுத்ததால் ஆல்வீட்டில் கட்டிலில் படுத்திருந்தாள். சீதை ஆச்சி பிள்ளையை அணைத்து சமாதானப்படுத்தியும் வீறிட்டுக் கொண்டிருந்தது. ஓமையாளிடம் பிள்ளையைக் கொடுக்க, அவள் அணைப்பில் அடங்கியது.

பங்காளி வீட்டு ஆச்சிகள் இருந்ததால் அவள் திரும்பி உக்கார்ந்து சேலையை மூடி அமர்த்தத் தொடங்கினாள். பால்வாசம் பட்ட குட்டிச் சோகி முகத்தால் தேய்த்து முலையைப் பற்றிப் பாலருந்தத் தொடங்கியது. வேகவேகமாகக் குடித்ததால் புரையேறியது.

“ஆத்தா காதுல ஊது... காதுல ஊது...” என்று பெரியாச்சிகள் குரல் கொடுக்க, குழந்தையைத் தூக்கி இருகாதுகளிலும் காற்றை ஊதினாள் ஓமையாள். “மகளுக்கு அப்பச்சி நெனைச்சுக்கிறாக போல. அதான் பொறை போகுது” என்று சிலாகித்து சோகியின் காலை வருடினார்கள், ஆயா சீதா ஆச்சி.

திரும்ப ஓமையா அமர்த்த, பாலைக் குடிக்கக்குடிக்க அதற்குத் தூக்கம் ஆட்கொண்டது. பாவம் அப்பச்சியையும் ஆத்தாளையும் ஒருசேரப் பார்க்கக்கூடக் கொடுத்து வைக்கலை அந்தச் சிசுவுக்கு. தெரிந்திருந்தால் கண்ணைத் திறந்து ஆத்தாவை நன்றாகப் பார்த்திருக்குமோ என்னவோ?

5

நாகப்பட்டினம் கப்பலடிக்கு ஆஸ்டின் காரை எடுத்துக்கிட்டு டிரைவர் வேலு கருப்பஞ்செட்டியைக் கூப்பிடப் போயிருந்தான். கப்பலடியில் பெருவாரிக் கூட்டம்.

ஒரு வழியா வக்கூடையையும், சூட்கேஸுகளையும், ட்ரங்குப் பொட்டியையும் எடுத்துக்கிட்டு கருப்பஞ் செட்டியோடு கார் கிளம்பியது. "அண்ணே அங்கன கணக்கப்புள்ள கல்யாணண்ணே நல்லா இருக்காகளா?" என்று விசாரித்துக்கொண்டான், ட்ரைவர் வேலு. அவனோட பெரியத்தா மகளைத்தான் அவருக்குக் கொடுத்திருந்தது.

"அவுகளுக்கென்ன நல்லாத்தான் இருக்காக. பொட்டியடிப் பையனும் சமையக்காரண்ணனும் நல்லாப் பார்த்துக்குவாக. அவுக வீட்டு அக்காளுக்கும் அவரு சாமான் குடுத்துவிட்டிருக்காரு. ஒரு பையில இருக்கு. நாளைக்குப் பிரிச்சுத் தாரேன். அத அவுக வீட்டுல சேர்த்துரு வேலு."

"நிச்சயமாண்ணே" என்ற வேலு காரைச் செழித்திருந்த வயல்களின் ஊடாகச் செலுத்திச் சென்றான். தூரத் திலிருந்து கடற்காற்றும், வயலின் பச்சைவாசமும் மனசைக் கிளர்த்த, கருப்பஞ்செட்டிக்கு ஓமையாளின் ஞாபகமும் பிஞ்சு மகள் சோகியின் ஞாபகமும் ஒன்றாய்த் தாக்கியது. லேசாகப் பின் சாய்ந்து கண்ணசந்தாக.

ஏதோ புகையும் வாசனை பட்டு கண் திறக்க கரும்புக்காடுகளில் சக்கைகள் தீ பட்டுக் கருகிக் கொண்டிருந்தன. "என்ன வேலு இது" என்றதும், "அண்ணே கரும்புக்காடுகள்ல அடுத்து நடவு செய்ய அறுவடைக்குப் பின்னாடி இப்பிடி தீமூட்டி சக்கைகள எரிப்பாக... அதான் வாடை" என்றான்.

"விவசாயம் எல்லாம் எப்பிடி? பரவாயில்லையா?"

"அப்பச்சி சொல்லி இருப்பாகளேண்ணே, எல்லாம் குத்தகைக்கு விட்டிருக்கு. வருஷத்துக்கு 150 மூடை நெல்லுத் தர்றதா கலியன்கிட்ட பேசி குத்தகைக்கு விட்டிருக்கு."

பெருமூச்சோடு பின்னால் சாய்ந்த கருப்பஞ்செட்டி, "அதுசரி வெளையாட்டுப்பொட்டி வேவு என்னிக்குன்னு அப்பச்சி சொன்னாகளா?" என்று கேட்டாக.

"நீங்க வந்ததும் இங்கன ரொட்டி முட்டாய் வைச்சிட்டு அன்னைக்குச் சாயங்காலமே வெளையாட்டுப்பொட்டி, வேவு எறக்கலாம்னு அப்பச்சி சொன்னாகண்ணே."

"ஆனா, அதுக்கு மின்னாடியிருந்தே ஓமையாச்சி வீட்டுலேருந்து பிள்ளைக்கான வெளையாட்டுச் சாமான்க, சிட்டிக, பெரிய பொம்மைக் காரு, மெஷினு குதுர, குளியாட்டுற தொட்டி, நடவண்டி, வெள்ளித் தொட்டி எல்லாம் வந்தெறங்கிருச்சு அண்ணே. நம்ம அப்பச்சியும் பேத்திக்குப் பூச்சரம் பண்ணியிருக்காக" என்று பெருமையாகச் சொன்னான் வேலு.

கேக்கும்போதே மனதுக்குள் பெருமிதம் பொங்கியது, கருப்பஞ்செட்டிக்கு. 'பரவாயில்லை ஓமையாவுக்கு ஆத்தாவீடு நல்லாத்தான் சீர் அனுப்பி இருக்காக, அதுக்கேத்தாப்புல நம்ம அப்பச்சியும் விட்டுக்கொடுக்காம பேத்திக்குப் பண்ணிப்புட்டாக' என நினைச்சிக்கிட்டாக.

வெளியே குடிசைகள் கடந்துகொண்டிருந்தன. வைக்கப்போர்கள் வீடுகளுக்கருகில் நிமிர்ந்து நின்றன. பசுவும் கன்னுமாய்க் கழுத்து மணியசைத்து அசைபோட்டுக்கொண்டிருந்தன. வேப்பமரங்களும் புளியமரங்களும் இளவேனிலில் பசுந்துளிர்களோடு அசைந்தாடிக்கொண்டிருந்தன.

“அண்ணே பசிக்குதாண்ணே..? இந்தால அரைமணி நேரத்துல போயிரலாமண்ணே. அறந்தாங்கி தாண்டிட் டோம்” என்றான் வேலு.

“கருப்பையாண்ணே, நீங்க வர்றீகன்னு தலைக்கறிக் கொழம்பு, கோழிக் குருமா, விரால் மீன் வறுவல்னு சேய்ஞ்சு வைச்சிக்கிட்டு காத்திருப்பாக” என்று சொல்லிச் சிரித்தான்.

“அதெல்லாம் ஒண்ணுமில்லப்பா. நீ நிதானமா ஓட்டு” என்று சிரித்தபடி சொல்லவும், ஒன்றையொன்று துரத்திக் கொண்டிருந்த இரண்டு கோழிகள் குறுக்கே வந்து கார்ச் சக்கரத்தில் விழவும் சரியாக இருந்தது. சடன் ப்ரேக் போட்டு வேலு நிறுத்தியும் ஒரு கோழி அடிபட்டு வீழ்ந்தது.

6

"நெல்லிமரத்துப் பிள்ளையாருக்குச் செதர்காய் ஒடைச்சிட்டுத்தான் வந்தேம்ணே" என்று பரிதவிப்போடு கூறினான் வேலு. "பரவாயில்லை விடப்பா" என்று பத்தாவது முறையாகக் கூறினாக கருப்பஞ்செட்டி. கோழி விழுந்ததும் திண்ணையில் உட்கார்ந்திருந்த பெரியவர் ஒருவர் எழுந்து வந்து, "அதுகளாத்தான் குறுக்கால ஓடியாந்து விழுந்துச்சுக. எங்க கோழிகதான். ஒங்கமேல தப்பில்ல... போங்க" என்று கூறிவிட்டார்.

என்னவோ, இன்று பலி விழுந்தது நல்ல சகுனமாகத் தோன்றவில்லை வேலுவுக்கு. வீட்டுக்கு வந்ததும் பங்காளி வீட்டுச் சுகுணா ஆச்சி வந்து ஆலாத்தி எடுத்தாக. சாமி வீட்டில் விளக்கேற்றி இருந்தது. மூன்று கட்டு வளவு உள்ள பெரிய வீடு அது. அப்பச்சி கூட்டிக்கிட்டுப் போய் விபூதி பூசி விட்டாக. வேலு கார் டிக்கியிலிருந்து எடுத்து பொட்டி பைகளைக் கொண்டுவந்து பட்டாலை அறையில் வைத்தான்.

மிட்டாய்த்தட்டு வைக்கவும், விளையாட்டுப்பொட்டி வேவுக்கு சம்மந்தப்புரத்தை அழைப்பது பற்றியும் பேச இரு பங்காளி வீட்டு அண்ணன்கள் வந்திருந்தாக. "கருப்பையாண்ணே. எலையப் போடுங்க, சாப்பிட்டுட்டுப் பேசுவோம்" அப்பிடின்னாக ஆவுடையப்பன்.

"அண்ணே, மக பொறந்திருக்காளே...", "தம்பி, மக பொறந்திருக்குறாளே" என வந்த இருவரும் விசாரிக்க, "ஆமாண்ணே" என்று சொன்ன கருப்பஞ்செட்டிக்கு நெஞ்சாங்கூட்டுக்குள் கருப்பஞ்சாறாய் இனித்தது. மகளை

எப்பப் பார்க்கப் போவது? அப்பச்சிகிட்ட கேட்டுட்டு நாளைக்குப் போயிற வேண்டியதுதான். சமையற்கட்டுப் பந்தியே கருப்பையாண்ணனின் கைவண்ணத்தால் மணத்தது. ரொம்ப நாள் கழிச்சு ருசியான அசைவச் சாப்பாடு.

பெட்டகத்தைத் திறந்து, பேத்திக்குப் பண்ணிய பூச்சரத்தை அப்பச்சி கருப்பஞ்செட்டிக்கும், பங்காளி வீட்டாருக்கும் காண்பிச்சாக. "அப்பச்சி மலயாவிலேருந்து வெளையாட்டுச் சாமானும், கவுனும், முட்டாய் ரொட்டிகளும் வாங்கியாந்திருக்கேன்" என்று கருப்பஞ் செட்டி சொல்லவும், "சாயங்காலமாப் பொட்டியப் பிரிப்போம் தம்பி, இப்ப சத்த ஒறங்கு" என்று சொல்லிவிட்டுப் பங்காளி வீட்டாரை முகப்பு வரை சென்று வழியனுப்பிவிட்டு வந்தாக ஆவுடையப்பன்.

"அப்பச்சி, ஆத்தாளே வந்து பொறந்துட்டாக நமக்கு. ஆத்தாப்பொண்ணை எப்பப் பார்க்கப் போறது அப்பச்சி?" என்று கருப்பஞ்செட்டி கேட்கவும், "நாளைக்கே நல்ல நாளா இருக்கப்பா. அதுனால இங்கன காலைல முட்டாய்த் தட்டு வைச்சிட்டு மத்தியானம் பங்காளி வீட்டுக்குச் சாப்பாடு ஏற்பாடு பண்ணிருவோம். சாயங்காலமே வெளையாட்டுப்பொட்டி வேவுக்கு வருவாக. சம்மந்தியா வீட்டுக்குச் சொல்லி விட்டாச்சு" என்றாக ஆவுடையப்பன்.

"ஆத்தாடியோவ். நல்லவேளை நாளைக்கே பார்க்கப் போறோமா. ஆனா, சாயங்காலம் வரை காத்திருக் கோணுமா..." என்று மகிழ்வும் சலிப்பும் தட்டியது கருப்பஞ்செட்டிக்கு.

மாலையில் மகன் கொண்டுவந்த கவுன், ப்ராக்குகள், குல்லாய், சொட்டர், காலுறைகள் எல்லாம் பார்த்து வியந்து போனாக ஆவுடையப்பன். கருப்பஞ்செட்டியும் மகளுக்குச் செய்து கொண்டு வந்திருந்த இரண்டு ஜோடி பிள்ளைக்காப்புகளை அப்பச்சியிடம் காண்பித்தான்.

தேனம்மை லெக்ஷ்மணன்

"ஜிலேபிக் காப்பு. அருமையா இருக்கப்பா!" என்று சிலாகிச்சாக ஆவுடையப்பன். மகள் பிறந்ததும் மகனுக்கு பொறுப்புக் கூடிவிட்டது என்ற உணர்வு ஏற்பட்டது அவுகளுக்கு.

"நல்லபடியா இன்னொரு மகனையும் ஒமையா பெத்துப்புட்டா பேரனைப் பார்த்த சந்தோசத்துல போய்ச் சேருவேன்" என்று அப்பச்சி கூறவும் பதறினான் கருப்பஞ்செட்டி. "ஏனப்பச்சி அப்பிடிச் சொல்லுறீக. அதுகளுக்கு நல்லது கெட்டது சொல்லிக்கொடுத்து வளர்க்க நீங்க வேணும் அப்பச்சி. என்னைய வளத்தது மாதிரி அவுகளையும் நீங்கதான் வளக்கோணும்" என்று சொல்ல அப்பச்சி மகன் இருவருக்கும் மனம் நெகிழ்ந்து கிடந்தது. ஒருவர் கையை ஒருவர் பிடிச்சிக்கிட்டாக.

மறுநாள் காலை வழக்கம்போல விடிந்து கிடந்தாலும் சூரியனின் வெம்மை மிகவும் கொடுமையாகத் தகித்தது. பங்காளிகள் ஒவ்வொருவராக வந்து ரொட்டி மிட்டாய் எடுத்துக்கிட்டாக. வெள்ளி மிட்டாய் ஸ்டாண்டும், பொட்டு ஸ்டாண்டும், வெத்திலைத்தட்டும் பட்டாலையில் ஒன்றும், பத்தியில் ஒன்றுமாக வைக்கப்பட்டிருந்தன. பட்டாலையிலும் பத்தியிலும் பெரிய சமுக்காளங்கள் விரிக்கப்பட்டிருந்தன. நன்னாரி சர்பத்தும் வெட்டிவேர் சர்பத்தும் கலந்து கருப்பையாண்ணேன் வைக்க, வேலு ஒவ்வொருவருக்காய் எடுத்துக் கொடுத்துக் கொண்டிருந்தான்.

வந்தவுக அனைவரும், "மலேயா ரொட்டி, மிட்டாய், வேஃபர்ஸ்னா அது தனி ருசிதான்" என்று கூறியபடி எடுத்துக்கிட்டாக. ஒரு கம்போஸாத் தாம்பாளத்தில் பேத்திக்குக் கொடுக்கும் நகைகள், உடைகளை வைத்து வேலுவிடம் கொடுத்துக் காண்பிக்கச் சொல்லி இருந்தாக ஆவுடையப்பன். அனைவருமே அதைத் தொட்டுப் பார்த்து "கெவுன் வெல்வெட்டாட்டம் இருக்கு, விசிறிமடிப்பு ப்ராக்கும் அழகு. வர வர பச்சைப் புள்ளைக்கெல்லாம் விதம் விதமாத் துணிமணி வர ஆரம்பிச்சிருச்சு. ஓம் மக

நல்ல புது நெறம்தான். அந்தக் குட்டிக்கு இது எல்லாமே எடுப்பாயிருக்கும்” என்று சிலாகித்துக்கொண்டிருந்தாக. கேட்கக் கேட்கப் பெருமையாயிருந்தது கருப்பஞ் செட்டிக்கு.

மகளையும் பொண்டாட்டியையும் எப்பப் பார்ப்போம்னு ஆகிப்போச்சு அவுகளுக்கு. நல்ல சைவச் சாப்பாடு தயார்ப் பண்ணி இருந்தார் கருப்பையாண்ணே. கூடத் துணைக்கு செட்டு சமையக்காரவுக நாலுபேர் வந்திருந்தாக. எல்லாரும் சோறுண்ணதும் சாயாங்காலம் வேவுக்காக பதினாறு பலகாரம் தயாராகிக்கிட்டு இருந்துச்சு. பாதாம் அல்வா, முந்திரி பகோடா, கந்தரப்பம், மசாலைச் சீயம், கவுனரிசி, செகப்பரிசிப் பணியாரம், எருக்கலங்கொழக்கட்டை, தூள் பஜ்ஜி, தம்புருட்டு அல்வா, கேரட் இட்டிலி, இனிப்பு இடியப்பன், காய்கறி ஊத்தப்பம், ரெங்கோன் புட்டு, தவலை வடை, புட்டுக் கொழக்கட்டை, வடை, தொட்டுக்க இங்கிலீஷ் காய்கறி குருமா, கத்திரி வத்தல் மாவத்தல் அவர வத்தல் மொச்சைக்கொட்டை போட்ட குழம்பு, பச்சடி, டாங்கர் சட்னி, கதம்பச் சட்னி, கொத்துமல்லித் துவையல், காபி.

முகப்புக் கதவுகள் திறந்திருக்க மருமக ஒமையாளின் ஆத்தாவீட்டில் வேலை செய்யும் காளிமுத்தண்ணன் வேகவேகமாக உள்ளே வந்தார். அவர் ஆவுடையப் பண்ணன் அருகில் சென்று காதில் ஏதோ கூற அவுக முகம் கருத்தது. வாய்க்குள், “அடியாத்தி... அப்பிடியா” என்றாக ஆவுடையப்பன்.

சாமிவீட்டில் நகைகளை எல்லாம் நகை டப்பிகளில் எடுத்து வைத்துக்கொண்டிருந்த கருப்பஞ்செட்டியின் கையிலிருந்து ஒரு ஜிலேபிக்காப்பு உருண்டோடி பெட்டகத்தின் பக்கவாட்டில் ஒளிந்தது. கையை உள்ளே விட்டுத் தேடி எடுக்க அவன் முயற்சித்துக்கொண்டிருக்க, கேட்ட தாக்கலை மகனிடம் எப்படிச் சொல்வதெனத் தயங்கித் தயங்கிச் சாமிவீட்டுக்குள் நுழைஞ்சாக ஆவுடையப்பன்

7

“பொறந்தோடனே ஆத்தாளைத் தூக்கிப் போட்டு முழுங்கிருச்சி இந்தக்குட்டி” எனப் பேசிக்கொண்டிருந்தாக பங்காளி வீட்டில் இரு ஆச்சிகள். “எறையாமப் பேசு. அப்பச்சிக்கும் ஐயாவுக்கும் இந்தக்குட்டின்னா ஓவியம், உசுரு. ஒருத்தருக்கு ஒரு சாமானைக் கொடாது. அதுவே வச்சிக்கினு உங்கும், திங்கும், வெளையாடும். ஆரையும் சேத்துக்காது. சரியான வறளி.”

“ஆமாமாம்... எதுனால அந்த ஒமையா எறந்து போனாளாம்?”

“ரெத்தப் போக்கு அதிகமா இருந்துச்சாம். மேக்கொண்டு சமைஞ்சாப்புல அவ ஊரணிக்குத் தண்ணி எடுக்கப் போனாளாம். அப்ப முனி அடிச்சிருக்குன்னு வேற சொல்றாக. குலதெய்வக் கோயில்லே கொண்டு சேத்துப்புட்டாகன்னு சொன்னாக. யாரு கண்டா?”

“ஒய்யக்கொண்ட வீட்டுல சொன்னாக, அது ஏதோ புள்ள பொறந்து ஒரு மாசத்துக்குள்ள அசைவம் சேக்கோணும்னு கறி, கோழி, மீனு, கருவாடுன்னு சமைச்சுக் கொடுத்தாகளாம். கருவாடு சாப்புட்டதுல ஏதோ ஒத்துக்காம வயித்தால அதிகமாப் போயிருச்சுங்கிறாக.”

“வீட்டுக்குள்ள அவ படம் எதுவுமேயில்லை பாத்தீகளா. குலதெய்வக் கோயில்லே கொண்டுபோய் ஆணி அடிச்சுச் சேத்துப்புட்டாகங்கிறாக. எது உண்மையோ யாருக்குத் தெரியும்?’ என வம்பு பேசி மகிழ்ந்தார்கள்.

"ஆமா, இந்தக் குட்டி சமைஞ்சதுக்கு ஆயா வீட்டுல என்ன பண்ணுனாக. நான் அடுப்படியிலயே மேப்பாத்ததால ஒண்ணையும் பாக்கல. ஆவுடையப்பண்ணே என்னய இங்கிட்டுப் பாத்துக்கச் சொன்னாக."

"அவுக நல்லா ஓவியமாக் கொண்டுவந்துதான் அம்புட்டும் குடுத்துட்டுப் போனாக. கெம்புக்கல்லு செட்டு ஒண்ணு குடுத்தாக. அதுல ஜோடித் தோடு, ஜோடிக்காப்பு, அட்டிய. வைரத்துல ரெட்டைவரிசைக் காப்புப் பண்ணி இருப்பாக போல. வெள்ளில வேவுக்கடகானும் கொடமும் கொடுத்தாக. அப்புறம், பித்தளையில இருபத்தியோரு குழி இட்டிலிச்சட்டி, காசாணி அண்டா, தவலை, சருவச்சட்டின்னு பெருவாரியாக் கொடுத்தாக. சில்வர் சாமான்களயும் பித்தளையையும் பரப்புனாகளே பாத்திருப்பியே."

"பாத்தேன். சரியாப் பாக்கல. கெண்டாங்கிச் சேலை கெட்டிச் சரிகைக் கரையோட நல்லா இருந்துச்சு."

"எல்லாம் நல்லாத்தான். இந்தக் குட்டிதான் பெல்லாக் குட்டி, மகாப் பூடம்."

"ஆமா, அம்மான் மகன் ஒருத்தன் இருக்கானாமுல்ல. அவனுக்கே சேய்ஞ்சுட்டா அது எல்லாம் திரும்ப அவுகளுக்குத்தானே. அதான் நல்லாப் பண்ணி இருக்காக."

அடுப்படிப்பக்கம் இவுக ரெண்டு பேரும் கிசுகிசுக்கிறது பார்த்து மூணாவது வீட்டு ராமாயி ஆச்சி வந்து கேட்டாக, "என்னவோ கொப்பனாபட்டித் தமிழ்க்கல்லூரியில கலைச்செல்வி பட்டத்துக்குப் படிச்சிச்சாமே இந்தப் புள்ள. முடிச்சிருச்சா?"

சுதாரித்துக்கொண்ட பங்காளிவீட்டு ஆச்சிகள், "ஆமா. சமத்திக் குட்டி. நல்லாப் படிக்கும். அங்கன முடிக்குமுன்னே சமைஞ்சிருச்சில்ல. அதுனால உடனே போய் அழைச்சாந்துட்டாக. இனித் திருப்பி

அனுப்புவாகளா தெரியல..." என்று சொல்லி வளவுக்குள் வேறு ஏதோ வேலை இருப்பதுபோலப் பிரிஞ்சி போனாக.

மாநெறந்தான்னாலும் சோகி வயசுக்கே உரிய அழகோட இருந்தா. அவளப் பார்க்கப் பார்க்க ஐயாவுக்குக் கொள்ளல. "ஆத்தாத்தோய்! கொப்பாத்தா மாதிரி எம் பேத்தி சொப்புச் சிலையாட்டம் அழகா இருக்கா, கெட்டிக்காரி, சித்ராங்கி, சீமைச் சமைத்தி, அம்புட்டுப் பேரையும் நிர்வாகம் பண்ணி நல்லா வேலை வாங்கிருவா."

"அப்பச்சி, என்னோட பக்கத்துக் கிட்டங்கிக்காரவுக மகனுக்கு நம்ம சோகியக் கேக்குறாக. மாப்பிள்ளைப் பையன் மலேயாவுலேயே பொறந்து வளந்தவுக. இங்கன மலேயாவுல இருக்குற ஆளுக போலத்தான் பழக்க வழக்கம் எல்லாம். பார்க்க நல்லா இருக்காக. பேண்ட் சட்டைதான் போட்டுக்குவாக. பெருவாரிப் பணம். அவுக வீட்டுல வைரத்தைப் படியிலதான் அளப்பாகன்னு இங்கன சொல்லிக்கிறாக."

"விசாரிச்சுப்பிட்டு நமக்குத் தோதா இருந்தாப் பண்ணுவோம் அப்பச்சி."

"அவளுக்கும் ஆவணி வந்தா பதினாலாகுது. ஆத்தா இல்லாத புள்ள. கருவேப்பிலைக்கண்ணு மாதிரி ஒரே மக எனக்கு. செல்லமா வளத்துப்புட்டோம். நான் வேற இங்கன இருக்கேன். உங்களுக்கும் அவளப் பார்த்துக்கச் செரமம். சீக்கிரம் கலியாணம் செஞ்சுட்டாத் தேவலை" என்று கடிதாசி போட்டிருந்தாக கருப்பஞ்செட்டி.

"தம்பி நீ சொல்ற தாக்கல வெசாரிச்சுப் பார்த்தேன். அவுக வேறவட்டகை ஆளுக. நம்மள மாதிரி இல்ல. எல்லாம் படிக்கணக்குல சீர் செய்யோணும். அதுகூடச் செஞ்சிரலாம். பழக்க வழக்கம் எல்லாம் அது வேற மாதிரி. மேக்கொண்டு அவுக வீட்டு விலாசம் சொல்லி வெசாரிச்சேன். மாப்பிள்ளைக்குப் பல பழக்கமும் இருக்குற

மாதிரிச் சொல்லுறாக. பெரும்பணக்காரவுகதான். பெரும் போட்டு ஆளுகதான். அதுக்காக வைர ஊசின்னு வயித்துல குத்திக்கிற முடியுமா?"

"நான் ஆத்தாப்பொண்ணுகிட்டயே கேக்குறேன். அவளுக்கு அம்மான் மகனைச் செஞ்சுக்க நோக்கம் இருக்குற மாதிரித் தெரியுது. பார்ப்போம். எல்லாம் அக்கினியாத்தா சித்தம்" என்று கடிதாசி போட்டிருந்தாக ஆவுடையப்பன்.

"வினோபாவின் பூமிதான இயக்கம் வந்து ரெண்டு மூணு வருஷமாச்சு. நெலத்தைப் பூரா உழுதவனுக்கும் பங்கு கொடுக்கச் சொல்லுறாக அரசாங்கத்துல. *30* வருஷமா குத்தகைக்குப் பாடுபட்ட பொசலான் இருந்தாலாவது குடுக்கலாம். இப்ப அவனும் செத்துப் போனான். விவசாயமும் பாக்க முடியல. போக வர ஏசையல. வயலை வேணா வித்திறலாமா. பேத்தி கல்யாணத்தை நல்லபடியா முடிச்சிட்டு மீதிய வட்டிக்குக் குடுத்து வாங்கலாம்னு இருக்கேன் தம்பி. வேணும் ஸ்ரீ சற்குருநாதர் துணை."

அப்பச்சி கடிதத்தைப் படித்த பிறகு ஜன்னல் வழியாக வெளியே பார்த்தான் கருப்பஞ்செட்டி. அஸ்தமன சூரியன் தட்டுப்பட்டது. 'இங்கேயும் வட்டிக்குக் கொடுத்து வாங்குறது செரமமா இருக்கு. சைனாக்காரய்ங்க எப்ப கத்திய எடுத்துக் காட்டுவாய்ங்களோன்னு பயப்புடுறாய்ங்க பெட்டியடிப் பயலுக. சுருக்கிக்கினு போயிறலாமா. மக கல்யாணத்தோட அங்கனயே பக்கத்துல இருக்கலாம். அங்கன அப்பச்சியோட இன்னொரு வட்டிக்கடையைப் போடலாம்.' யோசித்தபடி அமர்ந்திருந்தான் கருப்பஞ் செட்டி. ஊருக்கு முன்னே மலேயாவில் சீக்கிரம் அஸ்தமித்துவிட்டது!

8

கல்யாணப் படைப்பு படைக்க வேண்டிக்கொண்டு அக்கினியாத்தா வீட்டில் படைச்சிக்கிட்டு இருந்தாக ஆவுடையப்பன் குடும்பத்தார்.

"இது கோழிப்படைப்பு. ராத்திரி வெகு நேரமாகும். இந்த ரொட்டியத் தின்னுட்டு நீ போய் ஒறங்கப்பச்சி. சாமி கும்பிடும்போது எழுப்பிவிடுறேன்" என்று சாஞ்சாடிக் கொண்டிருந்த பேரனைச் சீராட்டிக்கொண்டிருந்தாக பங்காளிவீட்டு வள்ளியாச்சி.

சிவகாமிக்கும் சொக்கலிங்கத்துக்கும் கல்யாணமாகி மறுவீடு, மூணாம் வீடு வந்து போய் ஒருவாரம் கழிச்சு வீட்டுப் படைப்பு. எடயில பால்பழம் வைச்சுக் கும்பிடவும் பால்பழம் சாப்பிடவும் ஆத்தாவீடு வந்து போனாக. "பாட்டையா, பாட்டியாயா, ஆத்தா எல்லாரையும் நெனைச்சுக் கும்பிட்டுக்காத்தா." கல்கண்டு போட்டு பாலைக் காய்ச்சி வெள்ளைப் பணியாரம் சுட்டு வைத்திருந்தார் கருப்பையாண்ணன். கருப்பஞ்செட்டி வகைப்பழங்களும் பூமாலைகளும் பூச்சரமும் வாங்கி வைத்து இருந்தாக. புதுமணத் தம்பதிகள் பேழையின் முன் விழுந்து வணங்கி ஆவுடையப்பன், கருப்பஞ்செட்டி கையால் விபூதி பூசிக்கிட்டாக.

கல்யாணஞ் சேய்ஞ்சதில் இருந்து ஒரே சாமியும் கோயிலும்தான். முனியையா கோவிலில் அபிஷேகமும் அர்ச்சனையும் பண்ணிக்கொண்டு வரப் போனாக

மொதல்நாள். மறுநாள், மாமியாவீட்டுக் குலதெய்வம் ராங்கியம் கருப்பரையும் அடுத்தநாள் ஆத்தாவீட்டுக் குலதெய்வம் நரியங்குடி கருங்குளம் ஆதினமிளகி ஐயனாரையும், காட்டுக் கருப்பரையும் தரிசனம் பண்ணாக. வர்க்கானம் படைச்சு, முன்னோடிக்குப் பொரியும் கடலையும் வெல்லமும் வைச்சு எளநி கண் தொறந்து வைச்சாக. இரணிக்கோவிலுக்கும், வைரவன்பட்டிக்கும் போய் சாமிகும்பிட்டு வந்தாக மறுநாள்.

வேலு மாப்பிள்ளை பெண்ணோடு கார் ஓட்டிய மணியமாக இருந்தான். கல்யாணச்சீர் பரப்புறதில் இருந்து, குடி ஊதுறது, வேற வைக்கிறது வரைக்கும் அவுக கூடவே திரிஞ்சான். வெள்ளமாய் வச்ச சீரை எல்லாம் மேவீட்டுலயும் மச்சுலயும் கிராமத்து ஆக்களோடு சேர்ந்து அடைஞ்சான். "யாத்தே கப்பலத்தான் வைக்கலை இவுக" என்று ஆச்சர்யப்பட்டுப் போனாக கல்யாணத்துக்கு வந்திருந்த வயல் வேலை செய்யும் கிராமத்தாளுக.

லெச்சுமிப் பாட்டி வேறு முத்தாத்தாள் திருவிழாவில் பொங்க வைக்கோணுமின்னு சொல்ல அங்கேயும் போய் ராமாயி அக்கா பொங்க வைக்க சாமி கும்பிட்டுட்டு வந்தாக.

பொங்கலன்னிக்கு அக்கா நெல்லி மரத்துப் பிள்ளையார் கோவில்ல பொங்க வைக்கும். அதுக்குப் பொறத்தாடித்தான் மாசம் பொறக்குற நேரம் சாமி வீட்டுல பொங்கல். அதுக்கும் அப்புறம்தான் வீட்டுல பொங்கலிடுறது. இரும்பு அடுப்பு, முறித்தவலையில கோலம் போட்டுப் பொங்கலிடுறது.

அதுபோல கூடையிலே சுருட்டைத்தூளு, சிராய்த்தூளு, தவலை, வாளி, சருவச்சட்டி, கரண்டி, பச்சரிசி, வெல்லம், நெய், பாசிப்பருப்பு, முந்திரி கிஸுமிஸு எல்லாம் கொண்டுவந்து அக்கா சித்திரைப் பொங்கல் வைச்சு முத்தாத்தாளுக்குப் படைச்ச வொடனே புரச இலையில வைச்சுக் கொடுத்துச்சு. சொக்கலிங்கமும் சிவகாமியும்

ஒருத்தர ஒருத்தர் பாத்துக்கினே சாப்பிட்டாக. அக்கா தூக்குச்சட்டியில வெல்லத்தைக் குடுத்துட்டு, பானகம் வாங்கப் போயிருந்துச்சு.

ஒருவாய்ப் பொங்கல சொக்கலிங்கம் அங்கிட்டும் இங்குட்டும் பாத்துக்கிட்டே சோகிக்கு ஊட்டிவிட்டான். இம்புட்டு இனிப்பாவும் ருசியாவும் பொங்கல அதுக்கு முன்னாடியும் பின்னாடியும் தின்னதா சோகிக்கு எப்பவுமே யாபகத்துல இல்ல.

கரும்புல தொட்டி கட்டிப் பிள்ளைகளைப் போட்டுக் கிட்டு வேண்டுதல நிறைவேத்த, வேகாத வெய்யில்ல நாகசுரம் மேளம் சகிதமா மக்க மனுசா ஓடிக்கிட்டே இருந்தாக. 'ஆத்தா அய்த்தானை மாதிரி ஒரு ஆம்புள்ளப் புள்ளையக்குடு. உனக்குத் தொட்டி கட்டுறேன்'னு மனசார நேர்ந்துக்குனா சோகி.

ஆச்சு ஒருவாரம் ஆகிப்போச்சு. இப்பிடியே சாமி சாமியாக் கும்பிட்டுக்கிட்டே இருந்தவுகள மெய்யாத்தா படைப்புக்கும் கூட்டிப் போனாக. அது பொதுப்படைப்பு. அங்கே பெருங்கூட்டம். நல்லவடியா சாமியக் கும்பிட்டுச் சாப்பிட்டுட்டு வந்தாக.

அதுக்கும் பின்னே லெச்சுமி ஆச்சி சொன்னதுலதான் கோவம் வந்திருச்சி சோகிக்கு. ஒரு நாளாவது சாயங் காலத்துல ஆம்புள்ளையானோட ஒரு டிராமா, சினிமா போக விடுறாகளா? இந்த சீதை ஆயாவாவது பரவாயில்லை. சொக்கலிங்கத்தோட ஆத்தா மீனா அம்மாமுண்டியும் நல்ல மாதிரி. ஒண்ணுஞ் சொல்லுறதில்லை. ஆனா, இந்த லெச்சுமிப் பாட்டி இருக்கே. ஆத்தாடி! ஒன்னொண்ணத்தையும் கண்ணுல வெளக்கெண்ணெய் விட்டுப் பார்த்துக்கினு கொறை சொல்லிக்கினு இருந்தாக.

"அடி பள்ளத்தூர் அழகஞ்செட்டி காளியாயா படைப்புக்கும் போயாந்துருங்க. இந்த சினிமா டிராமா

சோகி சிவா

என்ன ஓடியா போயிறப்போகுது. இந்தப் படைப்பு மூணு வருஷத்துக்கு ஒருக்காதான் நடக்கும். ஒங்க கொடுப்பினை இந்த வருசம் நடக்குது. பஸ்ஸுலயா போறீக, ப்ளெஷர் கார்லதானே?"

வைகாசி மாசமென்றாலும் அனல் கொளுத்திக் கொண்டிருந்தது. கம்மாய் எல்லாம் வரண்டு போய்க்கிடந்தது. அப்பச்சி அனுப்பி வைச்ச ஆஸ்டின் கார் சோகிக்காகவே ஓடிக்கொண்டிருந்தது. வீட்டில் சோகி போனதும் யாருக்கும் எங்கும் போகத் தோணல. ஐயா வயலை வித்துட்டாக. கொண்டு விக்கப் போன அப்பச்சி சுருக்கிக்கினு வந்துட்டாக. காரு பின்ன யாருக்குத்தான் தேவை?

அது பாடு சோகிக்குத் தேவையான இடமெல்லாம் ஓடிக்கொண்டிருந்தது. "சொல்லுங்க சின்னாச்சி..." என்று வேலுவும் கூடவே ஓடிக்கொண்டிருந்தான்.

அழகஞ்செட்டி காளியாயா படைப்பு வீடு பெரிதாக இருந்தது. அங்கே கூட்டம் எக்கித் தள்ளியது. கட்டைகள் போட்டுக் கூட்டத்தைக் கட்டுப்படுத்தி வரிசையில் தரிசனம் செய்ய அனுப்பினார்கள். இரட்டை வீடுகள் இரண்டைச் சேர்த்துச் சாமி வீடாக்கி இருந்தார்கள். ஒரு வீட்டில் நுழைந்து மறுவீட்டில் வெளிவரலாம். நடுவில் சாமிகள் இருக்கப் படைப்பு பள்ளயம் எல்லாம் பார்த்துத் தொட்டுக் கும்பிட்டு விபூதி வாங்கி வந்தாக ஆம்பிள்ளையானும் பெண்டாட்டியும்.

வளவில் தொட்டிகட்டிப் பிள்ளைகளைப் போட்டு ராராட்டிக்கொண்டிருந்தாக சிலர். பிள்ளைகள் பிறந்தவுடன் சாமி வீட்டுக்கு எதிரில் பத்தியில் தொட்டி கட்டுவதாக வேண்டிக்கினவுக பிள்ளைகளை எடுக்கிக்கினு தனி வரிசையில் நின்னுக்கிட்டு இருந்தாக.

குழந்தைகளில் சிலர் அடைசலான சூழ்நிலையில் 'ஙை ஙை' என்று அழுதுகொண்டிருந்தன. சில குழந்தைகள் போவோர் வருவோரின் உடைகளைக் கைகளில் பிடித்து

இழுத்துச் சிரித்தன. தங்களுக்குப் பிள்ளை பிறந்தால் அங்கும் தொட்டி கட்டுவதாக வேண்டிக்கொண்டு பந்திக்கட்டுக்குப் போனாக சொக்குவும் சோகியும்.

சாப்பிட்டு முடித்துவிட்டு இரண்டு பேரும் காரில் ஏறினாக. சொக்கு இருமினான். சளிபோல வந்ததும் காறித்துப்பினான். சிவப்பாகத் தெறித்தது. "என்னங்கிறேன் சாப்பிட்டோடனே வெத்தலை பாக்கா போட்டீக" என்று கேட்டாள் சோகி.

"இல்லையே" என்றான் சொக்கு. சோகியின் பார்வை சொக்குவின் சட்டையில் சிவப்பாகத் தெறித்திருந்த கறையின் மேல் தீர்க்கமாகப் படிந்தது.

9

"அக்கினியாத்தா எங்கள ஏன்தா இப்பிடிச் சோதிக்கிறே..?" மனமுருகிக் கையேந்திக் கேட்டுக் கொண்டிருந்தாக ஆவுடையப்பன். "உங்கிட்ட உத்தரவு வாங்கித்தானே இந்தப் புள்ளைக்குக் கலியாணம் பண்ணினேன். ஆத்தா இல்லாத புள்ள மனக்கொறை இருக்கப்புடாதுன்னு புள்ளைகிட்டயும் கேட்டுத்தானே செஞ்சோம். மாப்பிள்ளைக்கு ரத்தப் புத்தாமே. என்ன செய்வேன் ஆத்தா ?"

அவுகளைவிட அதிகமாகக் கலங்கிக்கொண்டிருந்தாக கருப்பஞ்செட்டி. "எங்க ஆத்தாபோல உன்னயத்தானே நம்புனோம். எங்கள ஏன் கைவிட்டே ?"

"சரி தம்பி கிளம்புங்க. ஆறுமாசமா வைத்தியம் பார்க்குறோம். சரியாயிரும்னு நம்புவோம். வேலுவோட போய் பொங்கல் சீரைக் கொடுத்துட்டு வாங்க."

"அப்பச்சி நீங்களும் வாங்க."

"இல்லப்பா, எனக்கு அந்தப் புள்ளயப் பாக்கத் தெம்பில்ல. நீங்களே போய்க் கொடுத்துட்டு வாங்க. மொத வருசச் சீர். ஒண்ணுகூடக் கொறையாம மொறைச் சிட்டைப்படி வாங்கி வச்சிருக்கு. அக்கினி யாத்தாவும் கருப்பரும் கைவிடமாட்டாக."

“சரி அப்பச்சி” என்றபடி, டிரைவர் வேலுவோடு பொங்கல் சீர் சாமான்களை எடுத்துக்கொண்டு தனது மாமியார் வீட்டுக்குத் தற்போது தனது மகளின் மாமியார் வீட்டுக்குக் கிளம்பினாக கருப்பன்செட்டி.

எத்தத்தண்டி ரெட்டை வீடு! ரெட்டை வளவு! யானைக்கால் தூண்கள்! பதினாறு பதினாறு முப்பத்திரெண்டு தூண்கள் இருக்கும் வளவுக்குள்ளே. அவுக பங்காளி வீடுகளுக்குள்ளேயே இவுகதான் பெரிய கை. பெனா ரீனா மூனா ரூனான்னாலே அலோர் ஸ்டார் மூனா ரூனாவான்னு கேப்பாக. மாப்பிள்ளைக்கு ஐயாவும் அப்பச்சியுமே கொண்டுவித்து வந்தவர்கள்தான். சொக்கு சோகி கலியாணத்தை ஒட்டி இப்ப எல்லாருமே சுருக்கிக்கினு வந்துட்டாக.

அங்கே ப்ளஷர் கார் சத்தம் கேட்டு வாசலுக்கு வரவேற்க வந்த மகளைப் பார்த்த கருப்பஞ்செட்டிக்கு மருகிக்கொண்டு வந்தது. மகதானா... ஆறுமாசத்துல கறுத்துச்சிறுத்துப் போனாளே இப்பிடி... “ஆத்தாப் பொண்ணு” கூப்பிட்டவர்கள் குரலில் ஜீவனில்லை. கூப்பிடப்பட்டவளும் ஜீவன் அற்றவள் போல்தான் இருந்தாள். “அப்பச்சி வாங்க” என்றபடி கையைப் பற்றி உள்ளே அழைத்துப் போனாள்.

வேலு சீர் சாமான்களைக் கொண்டுவந்து வளவில் வைத்தான். சாமிவீட்டில் கோலமிட்டு வைத்திருந்தாக ஒமையாளின் ஆத்தா சீதை ஆச்சி. “மாப்புள்ள வாங்க” என்றாக சீதை ஆச்சியும் முருகப்பண்ணனும். “ஆத்தா சோகி வந்து இந்த வெளைக்கை ஏத்து” என மருமகளைக் கூப்பிட்டாக மீனா அம்மாமிண்டி. மருமகளுக்கு அப்பச்சியைப் பார்த்து ‘வாங்க’ என்று வாயசைப்பாகச் சொன்னாக. சொக்கலிங்கத்தின் அப்பச்சி குமரப்பனும் ‘வாங்க’ என்று வாயசைச்சாக. ஒருவருக்கும் வேறு ஏதும் பேச நா எழவில்லை.

மகள் கருத்துப் போயிருந்ததற்கு மாற்றாக மாப்பிள்ளை சொக்கலிங்கம் வெளுத்துச் சவுத்து காகிதம் போலிருந்தான். காத்துப்போல எடையற்று இருந்தான். "வாங்கம்மான்" என்று அவன் சொன்னது காற்றில் கலந்து லேசாக ஒலித்தது. எப்பிடி இருந்தான் சொட்டவாளங்குட்டி மாதிரி. ஆறு மாசத்துல புத்து தின்னிருச்சே!"

மருந்து வீரியத்தில் முடி வேறு பாதிக்குமேல் கொட்டிப்போய் இருந்தது.

மாப்பிள்ளை வீட்டில் வெளிநாட்டில் இருந்து மருந்து தருவித்துக் கொடுத்துக்கினு இருந்தாக. ரெண்டு மாசத்துக்கு ஒருக்கா மதறாஸ் போய் அடையார்ல புதுசா ஆரம்பிச்சிருக்குற கேன்சர் ஆசுபத்திரிக்குப் போய் கீமோதெரபி பண்ணிக்கிட்டு வந்துக்கினுதான் இருந்தாக.

சாமிவீட்டில் தலைப்பாக் கட்டிக்கொண்டு போய் கடகாத்தில் பொங்கல் சீரை வைத்துவிட்டு வணங்கிக் கும்பிட்டுத் தடுக்கில் உக்காரும்போது கலங்கிக்கலங்கிப் பொருமிப்பொருமி வந்தது கருப்பஞ்செட்டிக்கு.

"என் ஆத்தாளை எடுத்துக்கிட்டே, பொண்டாட்டியையும் எடுத்துக்கிட்டே, என் மகதான் பாக்கி. அவ தைரியக்காரி தான். ஆனா, அவ ஆம்பிளையாளை எப்பிடியாச்சும் காப்பாத்து."

அப்பச்சியின் மனசைப் படிச்சதுபோல் சொன்னாள் சோகி, "எல்லாம் நல்லா வந்துரும் அப்பச்சி. அவுக நல்லா ஆயிருவாக. கவலைப்படாதீக. பலகாரம் சாப்பிடலாம் வாங்க."

உக்காரை, மசாலச்சீயம், ஊத்தப்பம், கதம்பச்சட்னி, சாம்பார் எல்லாம் நல்லாத்தான் இருந்துச்சு. ஆனா நஞ்சா இருந்துச்சு கருப்பஞ்செட்டி நாக்குக்கு. நெஞ்சக் குழிக்குள் எல்லாம் அடைச்சதுபோல் ஆனது கருப்பஞ்

செட்டிக்கு. எதையும் உங்கப் பிடிக்கல. கையை நனைச்சிட்டு எந்திரிச்சிட்டாக. அவுக உங்காதபோது வேலுவுக்கும் பசிக்கல. கொடுத்த காப்பியைக் குடிச்சிட்டுக் கிளம்பினான்.

'பட்டாம்பூச்சிபோல திரிஞ்சிக்கினு இருந்ததக் கட்டி வைச்சிட்டாக. பாவம் அது ரோதனைப்படுது' என்று வேதனைப்பட்டான்.

அப்பச்சி போனதும் அடுப்படிக்குப் போன சோகிக்கு இன்னொரு பங்குக்கார நாச்சாவின் மாமியார் வெனயத்தாயாளின் குரல் கேட்டது. "ஆத்தாள முழுங்கிப்பிட்டுப் பொறந்த குட்டி. ஆம்புள்ளையானையும் முழுங்க வந்திருக்கு. சீரான சீரா கொட்டிக் குடுத்துக் கலியாணம் பண்ணினாலும்தான் என்ன? கொடுப்பினை என்னவோ அதுதானே கெடைக்கும்."

கேட்டதும் இறுகி உறைந்துபோனாள் சோகி.

"சிவகாமின்னு பேரிட்டேனே. சொக்கலிங்கம்னு சோமசுந்தரக்கடவுள் மாதிரி மாப்பிள்ளை பாத்தேனே. உனக்கு சோகம் வந்துறப்புடாதுன்னுதானே சோகுன்னு கூடக் கூப்பிடுறதில்ல. சோகின்னுதானே கூப்பிட்டேன். தாயம் தகைஞ்ச மாதிரி நீயும் தகைஞ்சு வருவேன்னு நெனைச்சேனே. பிள்ளையும் குட்டியுமா பெருகிப் பல்கிருவேன்னு நினைச்சேன். தாயமாவே தனிக்கட்டையா நின்னுருவியாத்தா." நினைக்க நினைக்க ஆறாமல் வந்தது ஆவுடையப்பனுக்கு. குறிச்சியில் சாய்ஞ்சபடி கீழ்வாசலில் விழுந்துகொண்டிருந்த நிலா வெளிச்சத்தைப் பார்த்தாக. விரிந்த கண்களுக்குள் நிலா உறைந்து போயிருந்தது.

"சாயங்காலம் இருட்டிப் போச்சு. என்ன அப்பச்சி சத்தத்தைக் காணோமே, விளக்கேத்தலையா என்ன?" என்று அடுப்படியிலிருந்து வந்த கருப்பையா அண்ணன் கண்ணுக்கு வளவும் பட்டாலையும் மட்டுமல்ல வீடே இருண்டிருந்தது.

10

"தம்பி உங்க அப்பச்சி இந்த இடத்தை லீஸுக்கு எடுத்துத்தான் வீடெல்லாம் கட்டி வாடகைக்கு விட்டுருக்காக. இப்பக் கோயில்காரவுக குத்தகைத் தொகையை ஏத்திப்புட்டாக. உங்க அப்பச்சிகிட்ட இது பத்தின பத்திரமெல்லாம் இருக்கும். குத்தகை முடிஞ்சு போச்சு. அதக் கொண்டாங்க மறுக்கா அதிகப் பணங்கட்டி லீஸைப் புதுப்பிச்சுக்குங்க. இல்லாட்டி பழைய லீஸுப் பேப்பரை ஒப்படைங்க. வாடகை எல்லாம் தராம வேற அங்க நெறையப்பேரு குடியிருக்காக" என்றாக அந்த வருடம் பெருமாள் கோவில் கணக்கு வழக்குப் பார்க்கும் நாராயணன் செட்டியார்.

பெருமாள் கோவில் இடத்தை லீஸுக்கு எடுத்து அப்பச்சி கட்டிவிட்ட வீடுகளில் பித்தளைக்கு ஈயம் பூசுற சொடலமுத்து ஆசாரி, அப்பளம் போட்டு விக்கும் ஒலகி அக்கா, பள்ளிக்கூடப் பக்கம் மாங்காய்ப்பத்தை, எலந்தவடை விக்கும் ஈசுவரி அக்கா, கார் டிரைவர் வேலு, சமையக்காரக் கருப்பையாண்ணே குடும்பம், கடலைமிட்டாய் போட்டு கடைகளுக்குச் சப்ளை செய்யும் மோகன், அம்மி கொத்தும் பழனியண்ணேன், காளியம்மா கோயில் பூசாரி பெருமாண்ணேதான் குடியிருந்தார்கள்.

வாடகை தந்தால் தருவார்கள். இல்லையென்றால் இல்லை. 'அடுத்தமாதம், அடுத்தமாதம்' என்பார்கள் ஒருமாதம்கூட முழுசா வாடகை கொடுத்ததில்லை.

அப்பச்சி பெருமனசுக்காரவுக ஒண்ணும் கேட்டதில்லை. ஆச்சு அப்பச்சி செத்தும் மூணு வருஷம் ஆச்சு

ரத்தினக் கம்பளங்கள் அடுக்கி இருந்தன. மக கல்யாணத்தின் போது மாப்பிள்ளைக்கு விரிச்ச ரத்தினக் கம்பளங்கள். பந்திக்கட்டுக்கு தயிர் உறையவைச்சு வைக்கும் 100 வெள்ளிக்கப்புகள் அடங்கிய ட்ரே, ட்ரேதான் மிச்சமிருக்கிறது. ரத்தினக் கம்பளத்துக்கு அருகிலேயே மாப்பிள்ளை அழைப்பின்போது மாப்பிள்ளை ஏறிவந்த குதிரைக்குப் போர்த்தி இருந்த வெல்வெட் துணி இருந்தது. அனைத்தையும் வருடிப் பார்த்தாக கருப்பஞ்செட்டி. கண்ணுக்குள் மகளின் நினைப்பு அலைமோதியது.

நாளைக்கு வாங்கிய கடனுக்கு ஜப்தி செய்ய பாங்குக்காரவுக வந்திருவாக. செதம்பரம் வட்டிக்கடையை பங்கு பார்த்துக்கொண்டிருந்த அடைக்கப்பண்ணனுக்குப் பணம் வாங்கிக்கிட்டு விட்டுக் கொடுத்தாச்சு.

இன்னும் ஒரு மாசத்துல பொங்கல் வருது. மாப்பிள்ளையை மக எப்பிடியோ தக்கவைச்சிக்கினு இருக்கா. எந்த வழியும் பொறக்குமுன்னு அவர்களுக்குத் தோணல. இந்த வேலுவுக்கும் கருப்பையாண்ணனுக்கும் கூட ஒரு வழி பண்ணாமப் போகிறோமேன்னுதான் அவுகளுக்கு ஆத்தாமையா இருந்தது.

அப்பச்சி படுத்த குறிச்சியில் சாய்ஞ்சாக. "என்னய ஏன் பெத்தே ஆத்தா... சோகியாத்தா... சிவகாமியாத்தா... என்னய ஏந்த்தா பெத்தே? இப்பிடி வதைப்படுறதுக்கா? இந்த வீட்டுல சாமி இருக்கா? தெய்வந்தான் இருக்கா?" இரண்டு கையையும் விரிச்சபடி எழுந்திரிச்சவுக தடுமாறிக் கீழே விழுந்துட்டாக.

வேலு வந்து பார்க்கும்போது அவுகளுக்குப் பேச்சு வரவில்லை. 'வாதம் வந்து இழுத்துவிட்டது' என்றார், வந்து சோதித்த அப்பாசாமி வைத்தியர். வங்கிக்காரர்கள்

வீட்டு வாசலில் நோட்டீஸு ஒட்டிப் பூட்டி அரக்குச்சீல் வைத்துவிட்டுப் போய்விட்டார்கள்.

மகள் வந்து அப்பச்சியையும் கூட்டிக்கிட்டுப்போய் தங்கள் வீட்டில் வைத்துக்கொண்டாள். “செவஞ் சொத்துக் குல நாசம்பாக. பார்த்தியா அப்பச்சியும் மகனும் ஊரை அடிச்சு ஒலையில போட்டு, சீர் செனத்தி பண்ணுனாய்ங்க. அம்புட்டுப் பேரும் ஆன்னு வாயத் தெறந்துக்கிட்டு ஆச்சிரியப்பட்டீகளே... இப்பப்பாரு நெலைமையை. எல்லாம் கெடையாக் கெடக்குதுக” என மோவாயில் தாவாங்கட்டையை இடித்துக் கொக்கரித்தாள் வெனையத்தாச்சி. ‘ஆமா இந்த வெனையத்தாயா ஏன் இப்புடி மாறிப்போனாக. எம்மேலே என்ன காட்டம்?’ என்று நினைத்தாள் சோகி.

“ஆத்தா அப்பிடி எல்லாம் பேசாதீக. அவுக லீஸுக்கு எடுத்தது பெருமா கோவில் நெலம். கெடைன்னு வந்தா எல்லாருக்கும் ஒண்ணுதான்” ஆத்தாளை அதட்டிய சந்திரமௌலி மேல் மதிப்பும் மரியாதையும் வந்தது சோகிக்கு. சின்னப்புள்ளையில் ஆயா வீட்டுக்கு வரும்போதெல்லாம் கல்லா மண்ணா, ஐஸ்பை எல்லாம் ஒன்றாக விளையாடிய அண்ணன் அல்லவா.

ஆனா, அந்தப் பாடாவதிப் பய பண்ணின வேலையில் ஆம்பிளையான் போன பெறகு அவ தன் பங்கு வீட்டையே வித்துப்புட்டு வர்றாப்புலயில்ல ஆயிப்போச்சு.

11

“சின்னக் கெழவனும், பெரிய கெழவனும் கல்லுக்குண்டாட்டம் இருக்காய்ங்க . இந்தச் சொக்குப்பய சின்னப்பய போய்ச் சேந்துட்டானே. எல்லாம் முன்னச் செஞ்ச வெனைதான் தாக்குது” வெனையத்தாச்சியின் குரல் அடுப்படிக்குள்ளிருந்து வெளியே கேட்டது.

கண்கலங்க உட்கார்ந்திருந்தாள் சோகி. ஆதரவாய்த் தலையைத் தடவிய மீனா அம்மாமிண்டி குலுங்கிக் குலுங்கி அழுதாக. ‘இந்தப் பச்சச் சிசுவை இப்பிடிப் பார்க்கும்படி ஆயிருச்சே’ என சீதை ஆயாவும் கொந்தளிச்சுப் போயிருந்தாக.

எவ்வளவு வைத்தியம் பார்த்து என்ன, சருகாய் உலர்ந்து கொண்டே வந்தான் சொக்கு. சாப்பாடு இறங்கவில்லை. தண்ணீர் குடிப்பதுகூட அரிதானது. மதறாசுக்கும் காரைக்குடிக்குமாக அவனோட்டே அலைந்து திரிந்து கொண்டிருந்தாக எல்லாரும். பணம் தண்ணீர் மாதிரி செலவாகிக்கிட்டே இருந்துச்சு.

அப்பச்சியை வேற வீட்டோட கூட்டியாந்ததில் இருந்து சோகிக்கு ரெட்டிப்பு வேலை. ஆள் கூனிக் குறுகிக்கினே போனாள். “சூதும் வெனையும் புடிச்ச புள்ள. சின்னப் புள்ளையிலயே தான்தான் பெரிய ரதின்னு ராங்கியா அலையும். இப்ப நல்லாப் படுது” என்று குதூகலித்துக் கொண்டிருப்பாக வெனையத்தாயா. அவுக மகன்

சந்திரமௌலிக்கு இப்படி சீரும் செனத்தியுமா அழகான பொண் அமையலயேன்னு அவுகளுக்கு நெஞ்சு மட்டும் கொறை. அதை இப்படி ஆத்திப் போக்கிக் கொண்டிருந்தாக.

என்னைக்கும் போல இன்னிக்கும் காலைல எந்திரிச்சா சோகி. ஆனா சொக்கு எந்திரிக்கல. மீளாத்தூக்கத்துலேயே போயிட்டான். வாயோரம் லேசா நத்தம் இருந்துச்சு அம்புட்டுத்தான். வேற மூச்சுப் பேச்சு இல்ல. அப்பாசாமி டாக்டர் வந்து நாடியெல்லாம் புடிச்சுப் பார்த்து ராத்திரி யிலேயே ஆயிருச்சுன்னுட்டாரு.

அங்காளி பங்காளி எல்லாம் வந்து கூடிட்டாக. ஆளுக்கொரு வேலையா எடுத்துக் காரியத்தை நடத்துனாக. முருகப்பனுக்கோ, சீதாளுக்கோ, மீனாவுக்கோ, குமரப்பனுக்கோ நடக்கக்கூடத் தெம்பில்லை. கருப்பஞ் செட்டியோ ஞாபகம் பெறண்டு கைகால் வேற செயலத்துப் போய்க் கிடக்குறாக.

கொட்டுக்காரனுக்குச் சொல்லிவிட்டாக. நோய் நொடியினால ரொம்ப நொந்து போன உடம்புங்கிறதால சாயரட்சைக்குள்ள எடுத்துட்டாக. கொட்டுச் சத்தமெல்லாம் கேட்டு சோகி ஒடம்பு நடுங்குச்சு. 'தெம்பா இருக்கோணும். தைரியமா இருக்கோணும். இருக்க நாளெல்லாம் யாரையும் அண்டாம இருந்துட்டுப் போகோணும்.' திரும்பத் திரும்பத் தனக்குள்ள சொல்லிக்கிட்டா சோகி.

கண்ண இருட்டிக்கிட்டு வந்துச்சு அவளுக்கு. அப்பச்சி போடவேண்டிய வெள்ளைச் சேலையை பங்காளி வீட்டு வள்ளியப்ப அண்ணன் பட்டம் சுத்தி வந்து போட்டாக. குமுறிக் குமுறி அழுதா சோகி . அதுதான் அவ கடோசியா அழுதது. அப்ப இறுகிப் போனவதான். மனசும் இறுகிப் பாறையாப் போச்சு.

நல்லெண்ணெய் சீயக்காய் தொட்டு நெத்தில வைச்சுக் குளியாட்டி, விபூதிபூசி, கண்ணுல சந்தனம் அப்பி, மூக்குல பஞ்சுவைச்சு, வேட்டிகட்டி, மாலைபோட்டு ஜம்முன்னு பொறப்புட்டுட்டான் சொக்கு. 'போதுமடா சாமி இந்தப் பொறப்பு'ன்னு.

மூணுசுத்து சுத்தி பந்தக்காலை அங்கிட்டு எடுத்துட்டுப் போனதுதான் தாமசம் வெள்ளைச்சீலைக்கார ஆச்சிக எல்லாம்கூடி சோகிய அந்தப் பந்தக்கா இருந்த எடத்துல உக்கார வைச்சு தாலிய கழட்டச் சொல்லி, பால் இருந்த லோட்டாவுல போடச்சொன்னாக.

இறுகுன மனசோட கழட்டிப் போட்டா. போய்த் தலமுழுகிட்டு வரச் சொன்னாக. அதுக்குள்ள யாரோ, "சனிப்பொணம் தனியாப் போகாது. சிவபதவி வண்டில இருக்க கம்புல சாவலைக் கட்டுங்க"ன்னு சொல்ல தோட்டத்தில் திரிந்துகொண்டிருந்த சாவல் ஒன்றைப் பிடிச்சுப்போய்க் கட்டினாக யாரோ. "லக்கலக்கலக்க" என்று அது இறக்கை அடித்துக் கொண்டு பறந்ததைப் பார்த்தபோது தன்னிலை குறித்து இரக்கம் ஏற்பட்டது சோகிக்கு.

"என்னய எதுக்குப் பெத்தே ஆத்தா" என்று குளியலறைக்குள் சென்று கண் கசிந்தாள். விறுவிறுவெனத் தண்ணீயை ஊத்திக்கிட்டு வெள்ளைச் சேலையைச் சுத்திக்கிட்டு அவ ஆல்வீட்டில் சொக்குவைக் கிடத்தி இருந்த இடத்தில் வந்து உக்காரவும் கட்டடத்தலத்துக்குப் போனவுக திரும்பி வரவும் சரியா இருந்துச்சு.

"உன்னய இப்பிடிப் பார்க்கவா கொடுத்து வைச்சிருக்கு" என்று சீதை ஆயாவும் ஐயாவும் தலையிலடித்துக் கொண்டு அழுதார்கள். "அப்பச்சி.. அவன் எனக்குக் கொள்ளி வைப்பான்னு இருந்தேன். நான் அவனுக்குக் கொள்ளி வைக்கும்படி ஆயிருச்சே அப்பச்சி" என்று குமரப்பம்மான் வீட்டுக்குள் நுழைந்ததும் நெஞ்சில

அறைந்துகொண்டு அப்பச்சியைக் கட்டிப் பிடிச்சிக்கினு அழுதார்கள். வீடே ஒரு மயானக் கோலத்தில் இருந்தது.

எதுவும் புரியாமல் மூலையில் குறிச்சியில் சாய்ந்தபடி மலங்க மலங்க விழித்துக்கொண்டிருந்த கருப்பஞ் செட்டியின் கண்ணிலிருந்தும் கரகரவெனக் கண்ணீர் வழிந்தது.

மறுநாள் காலையில் அவுக கண்ணீரும் நின்றிருந்தது. மூச்சும் நின்றிருந்தது.

"நாஞ்சொல்லல... சனிப்பொணம் தனியாப் போகாதுன்னு. மாமனாரையும் கூட்டிப் போயிருச்சு பாரு" என்று நொடிச்சாக வெனையத்தாயா.

"சத்த சும்மாயிருக்க மாட்டீகளா. வம்பைக் கொண்டாந்திருவீக போலிருக்கே. அவ லண்டி மட்டை. எங்க எங்கன்னு இப்பல்லாம் சண்டைக்கு நிக்கிறா" என அந்தாயாவின் மருமகள் நாச்சம்மை கடிந்தாள்.

ஆம்பிளையானுக்கும் அப்பச்சிக்கும் சேர்த்து இன்னும் வறண்டு போனாள் சோகி. இருபது வயதிலேயே காரைக்காலம்மையார் போல் நரம்பு தெறிக்க, எலும்பு புடைக்க சுருங்கிப்போனது தேகம். அன்றிலிருந்து அவள் பேசத் தொடங்கினாலே வில்லும் அம்பும் இல்லாமல் எல்லாருக்கும் ரத்தக்காயமே வந்தது. வெனையத்தாச்சியின் வெசம் பூரா அவள்மேல் பாய்ந்து இறங்கி நீலம் பாரித்துக் கிடந்தது.

12

"ஒருத்தருக்கு ஒரு வீட்டுக்கு மேல இருக்கப்புடாதாம். இருந்தா கவுர்மெண்டுல எடுத்துக்கிடுவாகளாம்!" இந்தப் பொரளியைக் கிளப்பிவிட்டது யாரோ தெரியல. முருகப்பனும் சீதாளும் கதிகலங்கிப் போனார்கள். பக்கத்தில் இருந்த பெரிய வீட்டை மேங்கோப்பைப் பிரிச்சு வித்துப்புட்டுக் காலிமனையாகப் போட்டிருந்தாக. சோகியின் மனசைப் போல அதுல கரம்பை ரெம்பிப்போய் கருவேலம் மொளைச்சு அடைஞ்சு போச்சு.

வருஷாவருஷம் குடும்பத்தோட காசிக்கும் ராமேஸ் வரத்துக்கும் போய் சொக்குவுக்குத் தெவசம் கொடுத்துட்டு வந்தாக குமரப்பன். ஒரு பத்து வருசமா இதுதான் நடைமொறை. ஒவ்வொருதாட்டியும் சோகியைக் கூட்டிக்கினு போறது ரொம்பச் செரமமா இருக்கும். டிரைவர் வேலுவும், சமையக்காரக் கருப்பண்ணனும் வேற எடங்கள்ல வேலைக்குச் சேர்ந்துட்டதால ஆத்தா வீட்டு ஆளுகன்னு அவள யாருமே பாக்க வர்றதுமில்ல. வீடு ஏலத்துல போயிருச்சு. இனி ஆத்தாவீடுன்னு என்ன இருக்கு அங்க. வீடு ஏலத்துக்குப் போனதும் அங்காளி பங்காளிகன்னு யார் தொடர்பும் இல்லாம அத்துப் போயிருச்சு.

ஒருதரம் குமரப்பனோட ராமேஸ்வரத்துக்குத் தெவசம் கொடுக்கப் போனாக. முருகப்பனும் சீத்தாளும் மட்டும். கடல்ல மூழ்குனவுக மூழ்குனதுதான். மூழ்கிட்டு

எந்திரிக்கவே இல்லை. அலைபாய்ஞ்சு போனாக குமரப்பன். ஆளுகளை விட்டுத் தேடி அப்பச்சி ஆத்தாளைப் பொணமாத்தான் கண்டுபிடிச்சாக குமரப்பன். நொந்துபோய் அங்கனேயே அப்பச்சி ஆத்தாளுக்கும் மகனுக்கும் ஒண்ணா தெவசத்தைக் குடுத்துட்டு வந்தவுக, அப்புறம் ராமேஸ்வரமே போகல.

அப்பச்சி ஆத்தாவுமில்லாம மகனுமில்லாம வெறுங் கூடாகிப் போனாக, குமரப்பனும் மீனாவும். வீட்டுல உக்காந்து உக்காந்து ரெண்டு பேருக்கும் நடை, ஒடை எல்லாம் சுருங்கிப் போச்சு. அவுக சுருங்க சுருங்க சோகியும் சுருங்கித்தான் போனான்னாலும் பேச்சு மட்டும் வீரியமா ஆகிக்கிட்டே போச்சு.

செலவு நடைக்கே பணம் பத்தாமப் போயிக்கிட்டு இருக்க மூணு பேர் உக்காந்து சாப்புடுறது எப்புடி? வட்டிக்கடையில் அடைச்ச பணம் எல்லாம் வசூலாகாமக் கெடக்க ஒவ்வொருத்தரையா கூப்பிட்டு லெஃப்ட் அண்ட் ரைட் வாங்குனா சோகி. கொஞ்சப்பேர் அசலையும் வட்டியையும் திருப்பிக் கொடுத்தாக. கொஞ்சப்பேர் அதுலயும் டிமிக்கி கொடுத்தாக.

மாமியாரும் மாமனாரும் அவ வெறைப்புக்கு முன்னாடி ஒண்ணும் பேச முடியல. அவ இல்லாட்டியும் யார்ட்டயும் வசூல் பண்ணவும் முடியல. கொஞ்சம் கொஞ்சமா அவுகளும் தளர்ந்தபோதுதான் ஒரு விசயம் கேள்விப்பட்டா சோகி.

"பாங்கு வேலைக்கு செட்டியவீட்டு ஆச்சிகள எடுக்குறாகளாம். ஆனா எஸ்.எஸ்.எல்.சி., படிச்சிருக் கோணுமாம். முத்தையான்னு ஒரு சேர்மன் இந்த நல்ல தொண்டைச் செய்யிறாகளாம்."

"எட்டாவது வரைக்கும்தானே படிக்க வைச்சாக அப்பச்சியும் ஐயாவும். பதினொண்ணாவது படிக்க வைச்சிருந்தா அந்த பாங்கு வேலையாவது

கெடைச்சிருக்குமுல்ல. இன்னைக்குப் பணங்காசுக்குச் செரமப்பட வேண்டாமுல்ல. எனக்கு என்ன வேணும்னு அப்போ சொல்லத் தெரியல..." கோபமாய் சொல்லிக் கொண்டிருந்தாள் சோகி.

"ஆமா, இவதான் போயி பாங்கு வேலையெல்லாம் பாக்கப்போறா" என்று அப்பவும் கைகொட்டிச் சிரித்துக் கொண்டிருந்தாக வெனையத்தாச்சி. இந்த வீட்டுல இந்த வெனை புடிச்ச ஆயாளோட்ட இருக்கது மட்டும் சிரமமா இல்லை சோகிக்கு. இன்னொன்னும் ரொம்பச் சிரமமா இருந்துச்சி.

நாச்சா நாலஞ்சுப் புள்ளப் பெத்து நல்லாத் தடிச்சுப் போயிட்டா. சோகி கல்யாணம் கட்டியும் இறுக்கு மாதிரி இருந்தா. மொகத்துல இறுக்கம் இருந்தாலும் உடம்புல அவ சிக்குன்னு சின்னப்புள்ள மாதிரித்தான் இருந்தா.

அப்பப்ப வளவுக்குள்ளயும் முகப்புக்குள்ளயும் வேலையாப் போகும்போது நடை இருட்டுல தெரியாமப் படுற மாதிரி சந்திரமௌலி பலமுறை ஒரசிப் போயிருக்கான். "சீ"ன்னு சொல்லிக்கிட்டே கடந்து போய் விடுவாள் சோகி. எச்சரிக்கையாத்தான் போவா. அப்பிடியும் ஒருதரம் ஆல்வீட்டு இருட்டுக்குள்ள இழுத்துக் கட்டிப் புடுச்சுக்கிட்டான், அந்த அக்கிரமக்காரப்பய சந்திரமௌலி. அருவருப்பா இருந்துச்சு, அவளுக்கு மேலெல்லாம் பூரான் ஊர்வதுபோல. "சை"ன்னு அவனை உதறி வேகு வேகென்னு வெளியே போனவ பந்திக்கட்டில்ல கொஞ்சநேரம் உட்கார்ந்து ஆசுவாசப் படுத்திக்கிட்டா. அம்மானையும் அம்மாமுண்டியையும் கலவரப்படுத்தப்படாதுன்னு முடிஞ்சவரைக்கும் அவுககிட்ட ஒண்ணுமே சொல்லுறதுல்ல.

போஜன் ஹாலில் சந்திரமௌலியின் பிள்ளைகளும் லீவுக்கு அவுக வீட்டுக்கு வந்த பிள்ளைகளும் "ஐ சக்கா ஐ... அரைப்படி நெய்... சீனாக்காரன் தலையில தீயப் பத்தவை" என்று பாடி ஆடிக்கொண்டிருந்தார்கள்.

சில பிள்ளைகள் கைவைத்து விளையாடிக் கொண்டிருந்தார்கள்.

"ஒருபத்தி
திருப்பத்தி
ஓவிய
மங்கல
மாமுனி
மாடு
கன்னு
வார
நேரம்
மஞ்சத்
தண்ணி
குடிக்கிற
நேரம்
உங்கப்பா பேரு என்ன?" என்று ஒரு பிள்ளை கேட்க, இன்னொன்று "சந்திரமோலி" என்றது.

"இல்லையில்ல வெளையாட்டுல முருங்கப்பூன்னு சொல்லணும்" என்று சொல்ல, அது "முர்ங்கப்பூ" என்றது.

"முருங்கப்பூவத் தின்னாதே, முள்ளுத்தண்ணியக் குடிக்காதே, கரும்புக்காட்டுக்குப் போகாதே, பாம்பு வெரலை படக்குன்னு மடக்கு..." என்று பிள்ளைகள் சொல்ல, ரொம்ப நாட்களுக்குப் பிறகு வாய்விட்டுச் சிரித்தாள் சோகி.

மௌலிக்கு 'முர்ங்கப்பூ' என்று மனதுக்குள் பேரும் வைத்துவிட்டாள். அவள் பேய்ச்சிரிப்புச் சிரித்தது பார்த்துப் பிள்ளைகள் அரண்டு எழுந்து ஓடின.

தேன்மை லெக்ஷ்மணன்

13

“வீட்டுல ஒங்கோட்டுப் பங்கை விக்கிறீகன்னு கேள்விப்பட்டோம். நாங்களே வாங்கிக்கிறோம்.” பவ்யமாகக் கேட்டார்கள் சந்திரமௌளலியும் நாச்சாவும்.

“பொட்டல்ல திரியிற கொறவனுக்குக்கூட விப்பேன். உங்களுக்கு விக்க மாட்டேன்.” வெச ஊசிபோல் வார்த்தையைச் சொருகிவிட்டு அவுகளை வேடிக்கை பார்த்தாள் சோகி.

“வீட்டுக்குக் கூட்டுப் பட்டாவும், கூட்டுப் பத்திரமும்தான் இருக்கு. தாய்ப்பத்திரத்துல பாருங்க. பங்கை வேத்தாளுக்கு விக்கப்புடாதுன்னு பாட்டையா போட்டு வச்ச திட்டம் இது.”

“நா எப்பிடியோ வித்துட்டுப் போறேன். உங்க சோலியப் பாருங்க. பிள்ளையில்லாத சொத்து... எடுத்து அள்ளி முழுங்கிறலாம்னு பாக்குறீகளா?”

“இருசி மட்டை. எப்பிடிப் பேசுறா பாருங்க. நான் சொன்னேன். நீங்கதான் கேக்கல. அவட்ட உங்களுக்கு என்ன பேச்சு” என சந்திரமௌளலியை அதட்டி கூட்டிக் கொண்டு போனாள் நாச்சா.

ஆம்பிள்ளையான் தொட்டே பலகாலம் ஆயிப்போச்சே. தான் அவ்வப்போது தொட்டுவிட்டதால் வெளிக்குச் ‘சை’ என்று ஓடினாலும் உள்ளுக்குள் மயங்கித்

தனக்கு விட்டுக் கொடுப்பாள் என தப்புக் கணக்குப் போட்டிருந்த சந்திரமௌலிதான் அதிர்ந்துபோனான்.

'பட்ட காலிலே படும் கெட்ட குடியே கெடும்' என்பது போல் 1977இல் அநியாய வட்டியை ஒழிக்க அப்போதைய கவர்ன்மெண்ட் போட்ட வட்டிக்கடைத் தடைச் சட்டம் செட்டியார்களின் தர்ம வட்டி வாங்கும் கடைகளையும் ஒழித்தது. எல்லாரும் மருந்துக்கடைக்கும், பேப்பர் கடைக்கும், சில்வர் சாமான் கடைக்கும் எலக்ட்ரிக் கடைக்கும் வியாபாரத்தை மாற்றிக்கொண்டார்கள்.

இதையே சாக்காகக் கொண்டு வட்டி தரவேண்டிய வட்டிக்கடைக்காரர்கள் சோகியை ஏமாற்றினார்கள். வீட்டை விற்பதைத் தவிர அவளுக்கு வேறு வழியே இல்லை. அரைப்பங்கு வீட்டை வித்தாலும் தனி வீட்டில் இருப்பது லாயக்கில்லை. அங்கேயும் இந்தப் போக்கடாப்பயல் வந்து தொல்லை தந்தாலும் தருவான். வேறெங்காவது கால்பங்கு வீட்டை வாங்கிக்கொண்டு நியாயமா வட்டி தரும் யாரிடமாவது மிச்சப் பணத்தை அடைக்கோணும்.

வேகமாகக் காரியமாற்றினாள் சோகி. ரொம்பப் படிக்காவிட்டாலும் வாழ்க்கை அவளுக்கு எல்லாவற்றையும் அனுபவப் பாடமாகவே கற்றுத் தந்திருந்தது. அவள் மேல் இரக்கப்பட்ட பங்காளிக அவளுக்கு ஓரிரு உதவிகள் செய்து வந்தாக.

ரவிக்கையும் அணியாமல், ஒற்றை வெள்ளைச் சீலை உடுத்தியபடி அவள் அரசாங்க அலுவலகங்களுக்கும், பத்திரப்பதிவு அலுவலகங்களுக்கும் நடையாய் நடந்தாள். வீடு விற்பதும், வீடு வாங்குவதும் சாமான்யச் செயலா என்ன!? வெள்ளைச் சீலைக்காரியான அவளை வீடுகள் பந்தாடிக்கொண்டிருந்தன. அலைந்து திரிந்து வீட்டுக்கு வந்து சமைத்து அம்மானுக்கும் அய்த்தைக்கும் பரிமாறி தானும் ஏதோ உண்டாள்.

தேனம்மை லெக்ஷ்மணன்

“கொண்டிமாடு மாதிரி அலைஞ்சிட்டு வர்றா பாரு. இவளக் கேள்வி கேப்பார் இல்ல, இந்த வீட்டுல. மாமியாளும் மாமனாரும் வாய்செத்துப் போனாக” என்று வினையத்தாயா சொன்ன அன்று, அவளை உண்டு இல்லை என்று பண்ணிவிட்டாள் சோகி.

“ஆமா, நா கொண்டி மாடுன்னு நீங்கதானே கண்டீக, வளத்து ஆளாக்குனீக. மேய அனுப்புனீக. அதான் மேஞ்சிட்டு வாரேன். நாக்க இழுத்து வைச்சுத் தச்சுப்புடுவேன், இனிமே இப்பிடிப் பேசினீகன்னா. தோலை உரிச்சு உப்புக்கண்டம் போட்டுத் தலைகீழாத் தொங்க விட்டுருவேன். வயசுக்கு மரியாதை தந்து ஒதுங்கி ஒதுங்கிப் போறேன். ஒங்க மகனைக் கொண்டிமாடாட்டம் வளத்துருக்குற லெச்சணத்துலேயே தெரியுதுல்ல நீங்க எப்புடின்னு.”

சோகியின் வாய்க்குப் பயந்து அனைவரும் விதிர் விதிர்த்து ஓடினாக. அனைவரையும் அப்படி ஓடச்செய்வதில் அவளுக்குப் புது ஆனந்தம் ஏற்பட்டிருந்தது.

“சித்ரா பௌர்ணைக்குச் சாமி கும்பிடுறோம். சேர்ந்துக்குறீகளா ஆச்சி” என்று பக்கத்துவளவில் இருந்து கேட்டுவிட்டிருந்தார்கள்.

“ஆமா, ரெண்டே முக்கா ரூபா குடுத்தா ஏழேமுக்கால் செவப்பரிசிக் கொழக்கட்டையும், அரைச்சட்டி தட்டப் பயித்துக் கொழம்பையும் கொடுப்பீக அதுக்குத்தானே” என்று கேட்டுச் சிரிக்க, கேட்டுவிட்டவுக மிரண்டு போய்ட்டாக.

“அந்தாச்சி ஒரு டைப்பாயிருச்சு இப்பல்லாம். ஆம்பிளையானை சாகக் கொடுத்ததுலேருந்து கூட இல்லை. அப்பச்சி ஐயா, ஆயான்னு ஒவ்வொருத்தராப் போயிட்டாக இல்ல. அதான் மெண்டலாயிடுச்சு!” அப்பிடின்னாக.

ஒருவழியா வீட்டை விலைபேசிவிட்டாள் சோகி. ஆனால் இன்னுமொரு சோகம், அவள் போக ஒருவாரம் இருக்குமுன்னேயே, கிணற்றடியில் குளிக்கப் போன அம்மான், தலையில் அடிபட்டு விழுந்து இறக்க அம்மாமிண்டியும் அன்னைக்கே ஆம்பிள்ளையானைப் பின்தொடர இருவருக்கும் ஈமக்கிரியைகளைச் செய்து முடித்தாள் சோகி.

தன்னுடைய ஈமக்கிரியைக்கே என்னென்ன தயார் செய்து வைக்க வேண்டும் என்று சொல்லுமளவுக்கு உரம் பெற்றவளாகத் தனியாளாத்தான் தான் வாங்கிய இந்த வீட்டுக்கு வந்து குடிபுகுந்தாள் சோகி.

இந்த வீட்டில் இருக்கும் மத்த மூணு பங்குக்காரவுகளும் நல்லவுகதான். அதுதான் அவளை ஒன்றும் பேச விடாமல் செய்தது. ஆனால், இங்கே வரும் வேற்றாட்கள் நிந்திப்பது பார்த்துத் திரும்ப அவளுக்குக் கொடுக்குகள் முளைக்கும் அபாயம் அடிக்கடி ஏற்பட்டுச்சு. இதையெல்லாம் நினைத்தபடியே பெஞ்சில் படுத்திருந்தவளை, வாசல்கதவை யாரோ தட்டிய சத்தம் அழைத்தது.

தேனம்மை லெக்ஷ்மணன்

14

சோகிக்கு இப்போது நாப்பத்தைந்து வயதிருக்கும். காதோரம் நரைத்துவிட்டது. கண்ணாடி போட்டுத்தான் பொஸ்தகம் எல்லாம் படிக்க வேண்டி இருக்கு. இந்த வீட்டுக்கும் வந்து நாலஞ்சு வருசமாயிப் போச்சு. ஒரு பங்குக்காரவுக அவுக பக்கத்துக்கு ஆத்தங்குடிக்கல் போட்டிருந்தாக. இவ தன் பக்கத்தை அளந்தெடுத்து ரெட் ஆக்ஸைட் போட்டுக்கினா. அதிலும் கோவச்சிவப்பு. இன்னும் இரு பங்குக்காரவுகளும் எதவானவுக. அதுனால அந்தச் சாணித்தரையே இன்னும் நீடித்தது.

அதில் ஒரு பங்குக்காரப் புள்ளைதான் கூப்பிட்டது. "ஆச்சி, ஆச்சி" என்ற மெல்லிய குரலை வைத்து அது வள்ளி எனக் கண்டுபிடித்தாள் சோகி. கதவைத் திறந்து "என்னாத்தா?" என்றாள். "என் மாமியா... என் மாமியா ஒரு மாதிரிப் பார்க்குறாக. கண்ணு ரெண்டும் பெறளுது பாக்க வாங்களேன்."

"டாக்டர் ரசாக்குக்கிட்ட காமிக்கலாமே" என்றபடி வாரிச் சுருட்டி எழுந்த சோகி அடுப்படியைப் பூட்டிக்கிட்டு அவுகளின் இரண்டாம்கட்டுக்குப் போனாள். கண்ணம்மை ஆச்சியின் முழி மேலே சொருகி இருந்தது. உடலில் சூடு இருந்தது என்றாலும் சோகி மணிக்கட்டில் நாடி பிடித்துப் பார்க்க, துடிப்பே இல்லை.

"என்ன பண்ணுச்சு?" என்று குத்தவைத்து அமர்ந்திருந்த சோகி கேட்க, "சாப்பிட்டுக்கிட்டு இருந்தோம். குடிக்கத்

தண்ணீ கேட்டா. வள்ளி எடுத்தாந்து தர்றதுக்குள்ள கண்ணு மேலே போயிருச்சு" என்றாக கண்ணம்மை ஆச்சியின் ஆம்பிள்ளையான். மடியில் படுக்க வைத்து மகன் கையால் சங்கில் சிறிது பால் எடுத்துக் கொடுத்து வாயில் ஊற்றச் சொன்னாள் சோகி. அது கண்ணம்மை ஆச்சியின் வாயிலிருந்து வடிந்து கன்னத்தில் விழுந்தது.

அங்கே இருந்த கண்ணம்மை ஆச்சியின் ஆம்பிளையான், மகன், பேரப்பிள்ளைகள் எல்லாம் பயந்துபோய் இருந்தாக. சாவை அடிக்கடி நெருக்கத்தில் பார்த்திருந்த சோகிக்கோ அதெல்லாம் ஒரு விசயமாகவே இல்லை. "எதுக்கும் டாக்டரக் கூட்டியாந்து உறுதிப்படுத்திருங்க" என்று சொல்லிவிட்டுக் கண்ணம்மை ஆச்சியின் கண்களை மூடினாள்.

டாக்டர் ரசாக் வந்து சொல்லிவிட்டார், "மாஸிவ் ஹார்ட் அட்டாக். போய் அரைமணி நேரம் இருக்கும்" என்று. "மக ஒருத்தி சிங்கப்பூர்ல இருக்கா. அவளுக்குப் போன் போட்டுச் சொன்னாக. ஆத்தா மேலே அம்புட்டு உசிரு அவளுக்கு. அவ ஆத்தாளோட்ட மொக முழியைப் பார்க்கோணுமின்னு உடனே டிக்கெட்டுப் போட்டுப் ப்ளைட்டில் வர்றா" என்றார்கள்.

"ஆச்சி, எம் மாமியாவுக்குக் காரியம் செய்ய நாளைக்கு ஆகும்போல இருக்கு. நாத்தி வரோணும். அதுவரைக்கும் என்ன செய்யோணும்னு சொல்லுங்க" என்று கேட்டாள் வள்ளி. மண்ணெண்ணெய், கல் உப்பு, பஞ்சு இதுதான் சோகி கேட்ட சமாச்சாரமெல்லாம்.

மேக்கொண்டு கண்ணம்மை ஆச்சிக்குத் திரும்பக் குளியாட்டி நெத்தில விபூதி குங்குமம் வைச்சு, காதுக்கும் மூக்குக்கும் பஞ்ச அடைச்சு, கண்ணுல சந்தனத்தை அப்பி விட்டா. வாயை வெள்ளைத் துணியால கட்டிவிட்டா. மனுச ஒடம்புல இருக்கும் ஒம்போது துவாரத்துல மிச்சமிருக்கும் ரெண்டு துவாரத்துல கல்உப்புல

மண்ணெண்ணெய ஊத்திக் கலந்து பஞ்சோட வைச்சு குச்சியால உள்ளே வைச்சுத் திணிச்சா. "காத்துக் குடிக்காம இருக்கும் ஓடம்பு"ன்னு சொல்லிப் படுக்கவைச்சு, சுத்தி அணைவா விராட்டிய மேலே தெரியாம அடுக்கி செண்டைத் தெளிச்சு, தலைமாட்டுல ஒத்தை விளக்கை ஏத்தி வைச்சாச்சு.

சாயங்காலத்துல சிமிண்டு கலக்குற சட்டில விராட்டில தீயை வைச்சு, முகப்பு வாசல்ல செத்த வீடுன்னு தெரியத்துக்கு அடையாளமா வைச்சாச்சு. பெரிய வீட்டோட கதவு ரெண்டும் விடிய விடிய விரியத் தெறந்திருந்துச்சு. யார் தூங்குனாகளோ இல்லையோ சோகி தூங்காம இருந்து பார்த்துக்கினா.

மஞ்சள்பூசிக் குளிச்சுக் குங்குமமிட்ட நெற்றியுடன் நிறைஞ்ச சுமங்கலியாய்ப் போய்விட்டாள் கண்ணம்மை ஆச்சி. "கொடுப்பினை" என்று பேசிக்கினாக கேதத்துக்கு வந்த எல்லாரும்.

கேதத்துக்கு மட்டுமில்ல ஓரந்தட்ட, பொறைத்தட்ட, ஒரமெடுக்க, சுளுக்கு வழிக்க, சதைப் பிரட்டை சரி பண்ண என்று இன்னும் பற்பல அவதாரமெடுத்தாள் சோகி. அவளைப் பற்றிய மூடக்கதைகளும், அவளுக்கு விபரீத சக்திகள் இருப்பதாகவும் அவ்வப்போது அவள் மேல் சாமி வருவதாகவும்கூட கதைகள் பரவத் தொடங்கின.

15

"ஆச்சி... ஆச்சி..." யாரோ கதவை உடைத்தார்கள்.

"அடி, யாரது இப்பிடி உடைக்கிறது? இரு வாரேன்." மசியலுக்குப் பெசைஞ்ச கருணைக்கெழங்கை மூடி வைச்சுப்புட்டு, சலிச்சுப் புளிச்சுக்கிட்டே சோகி போய் கதவைத் திறந்தாள். இப்போதெல்லாம் சோகியின் அடுப்படிக் கதவு அடிக்கடி உடைபடுகிறது.

"இந்தப் பய மகர்நோன்புப் பொட்டல் பக்கம் உச்சிவெய்யில்ல போய் அடிக்கடி வெளையாடுறான். சொன்னாக் கேக்க மாட்டேங்குறான். காத்துக் கருப்பு அடிச்சிருச்சா... இல்ல பயந்துட்டானான்னு தெரியல. சோறே உங்குறதுல்ல." உலகி ஆச்சி பேரன் அழகுவைப் பிடித்துக்கொண்டு நின்றாள். அவளுக்கும் சோகிக்கும் ஓரிரு வயசுதான் வித்யாசம் இருக்கும். ஒலகி காலாகாலத்தில் பிள்ளை பெற்று, பேரன் பேத்தியும் எடுத்துவிட்டாள்.

முன்னே எல்லாம் பிள்ளைகுட்டி, பேரன், பேத்தி எடுத்தவுகளைப் பார்த்தால் ஆத்து ஆத்துப் போய் வரும் சோகிக்கு. இப்போதெல்லாம் அவர்கள் படும் அவஸ்தைகளைப் பார்த்துச் சிரிப்பாய் வருகிறது.

"முந்தாநேத்து கீழ ஊரணிப்பக்கம் எங்க ஆத்தா வீட்டுக்குத் தூக்குச்சட்டியில கசாப்புக் கொழம்பு

கொடுத்துவிட்டேன். மொளக்கமாத்துக் குச்சியும் கரியும் போட்டுத்தான் அனுப்புனேன். பயந்ததுக்கு அதுவும் காரணமா இருக்குமான்னு தெரியல.”

“பயலைப் பார்த்தால் பயந்தது போல் தெரியவில்லை. ஆயாளுக்குத் தெரியாமல் காசு ஏதும் எடுத்துக்கொண்டு போய் பெட்டிக்கடையில் வாங்கித் தின்னிருப்பான். அதான் பசி எடுக்கல.”

யூகித்த சோகி துண்ணூத்து மடலோட பெஞ்சில் அமர்ந்தாள். எதிரில் ஆயாளும் பேரனும் நின்றிருந்தார்கள். கண்ணை மூடி வாய்க்குள் முணுமுணுத்தபடி ஏதோ ஓரிரு நிமிடம் சொன்ன சோகி திடீரெனக் கண்ணைத் திறந்து அந்த அழகுப் பயலை முறைத்து வெறித்துப் பார்த்தாள்.

அவள் பார்த்த பார்வையில் பயந்த அழகப்பன் ஆயாவின் கையை இறுகப் பற்றினான். “பேரனை அடிச்சது ஆச்சியப் பார்த்துப் பயப்படுது போல” என இன்னும் அதிகமாக சோகியின் முன் அவனைப் பிடித்து நிறுத்தினாள் ஒலகி ஆச்சி.

விபூதியைக் கையில் எடுத்து திரும்பக் கண்ணை மூடியபடி, “போவியா” என முரட்டுக் குரலில் கேட்டாள் சோகி. ‘மகர்நோன்புப் பொட்டலுக்குப் போறேன்’ என்று சொன்னால் ஆயாவும், சோகி ஆயாவும் அடிப்பார்கள் என்று எண்ணி, “போமாட்டேன்” என்றான் பையன்.

திடீரென கண்ணை விரித்து விழித்தாள் சோகி. பயலுக்குக் கதி கலங்கியது. “திரும்பப் போயிரு!” எனச் சொல்ல “இல்லை இனிமேப் போமாட்டேன்” எனக் குளறினான் பயல்.

“டேய், போமாட்டேன்னு சொன்னா சோகி ஆயா பிடிச்சிக்கிடும்டா. போயிடுறேன்னு சொல்லு” என காதுக்குள் ஓதினான் சோமு. இவன் என்னடா கிறுக்குத்தனமா ஒளர்றான். மகர்நோன்புப் பொட்டலுக்குப்

போறேன்னு சொன்னா ஆயா அடிப்பாகளே. இந்த சோகி ஆயாவோ போ போன்னு மெரட்டுதே” எனக் குழம்பினான்.

ஆயாளும் பேரனும் சோகி ஆச்சி முன் நின்றிருக்க திரும்ப சோகி விபூதியை அழகு மேல் போட்டு உச்சஸ்தாயியில், “போயிர்றேன்னு சொல்லு... இந்த அரச விட்டுப் போயிர்றேன்னு சொல்லு. அப்பத்தான் விடுவேன்” என்று சொல்ல, ‘போமாட்டேன்’னு சொன்னா இந்த சோகி ஆயா பிடிச்சுக்கும் போல. பேசாமப் போயிர்றேன்னே சொல்லுவோம் என்று சோகத்தோடு அழகப்பன், “போயிர்றேன்... போயிர்றேன்” என்று அழுதான். விபூதி வேறு கண்ணுக்குள் விழுந்து உறுத்தியது. உடம்பைச் சிலுப்பிக்கொண்டு இரண்டு கைகளாலும் கண்ணைத் தேய்க்கக் கண்ணீர் வடிந்தது.

“இந்தா” என்று வாயைத் திறக்கச் சொல்லி, திருநீறைப் போட்டு உச்சியிலும் ரெண்டு தோள்பட்டையிலும் தூவி நெத்தியில் பட்டையாகப் பூசிவிட்டாள் சோகி. “சரியாப் போயிரும். டேய் பயலே ஒழுங்காச் சாப்பிடணும், என்ன” என்று சொல்லி அனுப்பினாள். கண்ணீரோடு சரியெனத் தலையாட்டினான் அழகுப் பயல்.

“அந்தாச்சி கைராசிடி... அம்புட்டும் கேக்குது. இந்தப் பய பயந்தமாதிரி இருந்தான். இப்பத் தெளிவாயிட்டான். முந்தாநேத்து இந்த சோமுப் பயலுக்குப் பொறைப் போயிருச்சு. செருமிச் செருமி இருமிக்கிட்டு இருந்தான். நேத்துக் காலையில வெறும்வயித்துல ஒருதரம், சாயங்காலம் ஒருதரம், திரும்ப இன்னிக்குக் காலையில ஒருதரம் வெறும் வயித்தோட வரச் சொல்லிப் பொறைத்தட்டுனுச்சுடி சோகியாச்சி. அது கைராசி இவனுக்கும் இருமல் சரியாயிருச்சு.”

“ஒங்களுக்குத்தான் ஓவியம் ஆச்சி எங்களுக்கென்ன. எப்பப் பார்த்தாலும் ஏதாச்சும் சொல்றதே அந்தாச்சிக்கு

வேலை. வாராவாரம் ஒழுங்காத்தானே வளவு, பத்தி, பட்டாலை எல்லாம் கூட்டி மொழுகுறேன். எல்லாருமாச் சேர்ந்து மொத்தத்துல காசு தர்றீக. எப்பப்பாரு யாரும் ஒண்ணுஞ் சொல்லாட்டியும் இந்தாச்சி மட்டும் அங்கன சுத்தமாயில்ல இங்கன சுத்தமாயில்லன்னு கொறை சொல்லும். இன்னும் சுத்தமா இருக்கணும்னா தரையில நாக்கப் போட்டுத்தான் நக்கோணும்." கோபம் கோபமாகப் பேசினாள் சோலை.

"அடி சத்தத்தைக் கொறை. சத்தத்தைக் கொறை. தனியா இருக்கதால ரொம்பச் சுத்தம் பாக்குறாக. பெரியவுகன்னா சுத்தம் இருக்கதுதானே. எங்க ஆயாவெல்லாம் அப்பிடித்தான் சொல்லுவாக. இதெல்லாம் ஒரு கொறையா."

இம்புட்டுச் சொன்ன சோலை மறுநாளே தன் தங்கச்சி மகளுக்கு ஒரம்விழுந்திருச்சின்னு, கைப்பிள்ளையைத் தூக்கிக்கினு வந்து சோகியாச்சிட்டத்தான் ஒரமெடுக்க நின்னா.

16

உலகி ஆச்சி மாமனார் தெய்வராயன் செட்டியார் வீட்டை மொத்தமாக ஒக்கிட ஒரு திட்டம் போட்டு ஆசாரி, மேஸ்திரி சித்தாள், பெயிண்டர் எல்லாரையும் கூப்பிட்டு இருந்தாக. “மொத்தத்துல கரையான் பாத்து மருத்தடிக்கணும். விட்டுப்போன எடத்துல எல்லாம் காரை பூசோணும். மழைத்தண்ணீ எறங்குற எடத்துல எல்லாம் ரிப்பேர் பார்க்கோணும். மச்சுலேருந்து எல்லா எடத்துலயும் ஓடு மாத்தோணும். சொவத்துல மரம், செடி வளர்ந்திருச்சுன்னா பிடுங்கி ஆசிட் ஊத்தோணும். வளவு மொகப்புலேருந்து தூண் எல்லாம் பெயிண்ட் அடிக்கோணும். பட்டிக்கு, வாசக் கதவுக்கு, ஜன்னலுக்கு எல்லாம் வார்னீஷ் அடிக்கோணும். இந்த மராமத்து எல்லாம் பொதுவுல பார்த்து நாலா ஈவுச்சுக்குவோம். என்ன சொல்றீக” எனக் கேட்க, “அண்ணே, நா சின்னப் புள்ள எக்கு என்ன தெரியும். நீங்க பெரியவுக. நீங்க சொன்னாச் சரிதான்” என்று சோகியாச்சி சொல்ல அங்கே வளவில் துவைத்த துணிகளைக் காயப்போட வந்திருந்த சரோசா வாயை மூடிக்கொண்டு சிரித்தாள்

“ஆமா... இந்தாச்சியே சின்னப் புள்ளைன்னா நாமல்லாம் யாராம், சொல்லக்கோய்” எனச் சோலையைச் சீண்டினாள். கிணற்றடியில் இருவரும் துணி துவைத்துக் கொண்டும், பாத்திரம் விளக்கிக்கொண்டும் இருந்தார்கள். மத்த ஆட்களையும் அங்கே தோட்டத்தில் சின்ன வீடுகள் கட்டிக் குடி அமர்த்தி இருந்தார்கள் வீட்டுக்காரர்கள்.

மா,பலா,வாழை,கொய்யா,முருங்கை,வேப்பிலையோடு, தூதுவளை, பசலை, முடக்கத்தான், கருவேப்பிலை, திருநீத்துப் பச்சை, மாசிப்பச்சை, கற்பூரவல்லி, துளசி என நிரம்பி இருந்தது தோட்டம். காடாட்டம் அடர்த்தியாக இருக்கும் செடி கொடிகளுக்கூடாக பூச்சி பொட்டுகள் இருக்கும் என்பதால் நடையனைப் போட்டுக்கொண்டு குடியிருந்தவுக வீட்டுப் பக்கம் கருவேப்பிலை பறிக்கப் பூனை நடையில் சோகி போக இருவரும் பேசியது கேட்டது.

முழுக்குத் துணியெல்லாம் சரோசாவிடம் போட்டு வாங்கிக்கொண்டிருந்தாள் சோகி. முழுக்கு நிக்கும் காலம் வேறு. இளவயசில் இருந்ததைவிட உடல் இப்போதுதான் முறுக்கேறியது போல் இருந்தது. சொல்பேச்சுக் கேக்காமல் போகும்போதெல்லாம் அடுப்படியில் தனிமையில் அமர்ந்து கண்ணீர் விட்டுக் கரைத்துக் கொள்வாள்.

உணர்வைக் கரைக்கும் மாமருந்து கண்ணீர்தானே. உபதேசம் கேட்டாச்சு வேறு. இறைவழியில் பயணப் படுவதுதானே அனைவருக்கும் நன்மை.

“தொவைக்கிறதுக்கு என்னடி தர்றாக?”

“அதுவே என்னவோ கொஞ்சமாத்தான் சமைக்கும். எனக்கு என்ன. அதுல பழைய கஞ்சியும் சுண்டக் கொழம்பும் கொடுக்கும். குடிவண்ணார் கூலிதான் கொடுக்குது. ஒரு வெள்ளைச் சீலைதானேக்கா... அதைப் போடாது. தீட்டுத்துணி மட்டும் சலவைக்குப் போடும்.”

“அப்பப்ப ரேசன்ல பச்சரிசி வாங்கியாந்துரும். பாக்கியத்தக்காளைக் கூப்பிட்டுத் தேங்கொழலுக்கு அரைச்சாரச் சொல்லி ரெண்டு மூணு துத்தநாகத் தகரத்துல புழிஞ்சு வைச்சுக்கும் போல. காலைல பெரும்பாலும் ஒண்ணுஞ் செய்யிறதில்ல ஓழக்குப் பால் வாங்குது. அதையே கரண்டியைப் போட்டு அரைமணி நேரம் ஸ்டவுல காய்ச்சி பாதியை ஓறை ஊத்திப்புட்டு

மீதியக் காலைலயும் சாயங்காலத்துலயும் குடிக்க வைச்சுக்குது. வளவு அறைக்குள்ள போய் கதவைச் சாத்திக்கினு சத்தமில்லாமத் தேங்கொழலத் திங்குதுடி. ஓலகி ஆச்சி வீட்டுப் பேரப் பயலுக சொன்னாய்ங்க. இவய்ங்க எட்டிப் பார்த்தா மேரி ரொட்டியக் குடுக்கும் போல."

"ஆமாக்கா செலவுக்கு என்ன பண்ணுது. அந்தாச்சி என்னவோ சாமான்களை எல்லாம் விக்குது போல. அடிக்கடி பழைய சாமான் சுந்தரேசனைக் கூட்டியாந்து சாமான் போட்டிருக்குற மேவீட்டுக் கூட்டிப் போகுது."

"அது எப்பவுடி நடந்துச்சு, நடிகன் மாதிரித் தலையைக் கோதிக்கிட்டு மீசையத் திருகிக்கிட்டுத் திரிவானே அவனையா. இங்கனதான நா வேலைக்கு வரப்போக இருக்கேன். இதப் பாக்கவே இல்லையே."

"ஹேஹ்ஹேஹ்ஹே" என்று சரோசா சிரிக்க, சோலையும் சேர்ந்து சிரித்தாள்.

"அட ஆமாக்கா. அவனேதான். அவன் முழியும் மொகரக்கட்டையும் சரியில்லை. காலிப்பய. ரோட்டுல நடந்து போனாச் சீட்டியடிக்கிறான். அவனை எல்லாம் எதுக்குத் தனியா, அதுவும் மே வீட்டுக்குக் கூட்டிட்டுப் போறது. வீட்டுக்குள்ளேயே சேக்கப்புடாது. மே வீட்டுக்குக் கூட்டிப் போயிட்டு உடனே வந்தாலும் பரவாயில்லை. அரைமணி நேரம் கழிச்சு பித்தளை அண்டாவையோ, அடுக்குச் சட்டியையோ என்னத்தையோ அவனோட சேர்ந்து பிடிச்சுத் தூக்கிட்டு வந்துச்சு, அப்பிடி என்னத்தத்தான் விக்குமோ, நேத்திக்குக் கூடப் பாத்தேன்."

"ஆமாண்டி நானும் நேத்துப் பாத்தேன். எனக்கும் தெரியும். சோலை, மூணாவது வீட்டு டைவரை வைச்சிருக்கா. நீ... எதிர்த்தவீட்டுத் தோட்டக்காரனை வைச்சிருக்கே. ரெண்டு பேரும் பேசுற பேச்சாடி இது.

யாரைப் பாத்து என்ன பேச்சுப் பேசுறீக!" விஷக் கொடுக்கு நீள, சோகி பழையபடி தேளாய்க் கொட்டினாள்.

விதிர்விதிர்த்துப் போய் இருவரும் சாமான்களையும் துணிமணிகளையும் தூக்கிக்கொண்டு மறுபேச்சுப் பேசாமல் ஓடினார்கள்.

அடுப்படிக்கு வந்து கவுத்த சோத்தை நிமித்தி விபூதி பூசிக் கும்பிட்டு வைத்துவிட்டு கட்டுத்துறைக்குப் போய்ப் பட்டாணி மசாலைக்கு அரைக்க அம்மியின் எதிரில் பலகை போட்டு அமர்ந்தாள் சோகி.

"என்னாயா, கண்ணுல தண்ணீ?" எனக் கேட்டது வள்ளியின் கடைசி மகள் சரசு. "ஒண்ணுமில்லாத்தா ஆயா கண்ணுல மொளகா பட்டுருச்சு" என்றபடி வெள்ளை சீலையில் கண்ணைத் துடைத்துக்கொண்டு மசாலைக்குத் தேங்காய்ச்சில்லை 'நங் நங்' என்று குழவியால் நைத்தாள் சோகி.

தன் வாழ்க்கையை, அதன் சீர்கேட்டை, பெத்துப் போட்டுவிட்டு இப்படி அநாதை ஆக்கிய அப்பச்சி ஆத்தாளை, கல்யாணங்கட்டி விட்டுப்புட்டுப் போன ஆம்பிளையானை, ஆயாவை, ஐயாவை, மாமனார் மாமியாரை எகத்தாளம் பேசிய பழையவீட்டு வெனையத்தாயாவை, தன்னைக் கேவலமாக நடத்த முயன்ற அவள் மகனை, தன்னை ஏளனமாகப் பேசிய சரோசாவை, சோலையை எல்லாம் நினைத்து 'நைநை' என்று மசாலை மசிந்த பிறகும் அசுர வேகத்தில் அரைத்துக்கொண்டே இருந்தாள் சோகி.

17

"ஏனாச்சி நீங்க ஒரு புள்ளயக் கூட்டுனா என்ன?" கால் பிசகி ரத்தக்கட்டா, சதைப் பிரட்டா எனப் பார்க்க வந்த வள்ளிதான் வினவினாள் சோகி ஆச்சியிடம். "உங்க ஆம்பிளையான் பேர் சொல்ல, வீடு வெளங்க பேரன் பேத்தி வேண்டாமா? இந்த வீட்டுக்கு வெளக்கேத்தி வைக்க மகன் மருமக வேண்டாமா. உங்களுக்குப் பின்னாடி இந்தச் சொத்துக்கெல்லாம் யார் வாரிசு?" அவள் போட்டுவிட்டுப் போன விதை முளைத்துக் கொண்டிருந்தது.

அடுப்படிப் பெஞ்சில் படுத்து இப்போதெல்லாம் இதைத்தான் யோசிக்கிறாள் சோகி. அவளுக்குப் பழக்கமான இரண்டு மூன்று ஆச்சிகள் அவ்வப்போது பேச்சுத் தொணைக்கு வந்து போவாக. பங்காளி வீட்டு வள்ளியாச்சிக்கு ஆம்பிள்ளையான் போன வருசம்தான் எறந்து போனாக. அதிலேருந்து அவுக வாரம் ஒருதரமாச்சும் வந்து சோகியப் பார்த்துப் போனாக.

செல்லம்மை ஆச்சி மஞ்சள் குங்குமத்தோடு வலம் வருவாள். ஆனால், பாவம் கடவுள் அவளுக்குக் கர்ப்பப்பையைப் படைக்கவில்லை. சமையவே இல்லையாம். இத டாக்டர் டாக்டராகக் காட்டி ஆம்பிளையானும் பொண்டாட்டியும் 'உனக்கு நான் குழந்தை... எனக்கு நீ குழந்தை' என ஆதூரத்தோடு இருக்கிறாக.

சோகிக்கு பெரியாயா பேத்தி இந்திரா. பாவம் அஞ்சாவது பொண்ணாப் பொறந்து சீர் செனத்தி ரொம்பக் கொடுக்க முடியாததால கல்யாணமே ஆகலை. அவளும் அவ்வப்போது சோகியைப் பார்க்க வருவாள்.

மூவரிடமும் யோசனை கேட்டாள் சோகி. "ஆமா நல்லா, ஒனக்குன்னு யாரும் வேணும். நல்லாப் புள்ள கூட்டு. இம்புட்டையும் யார்ட்ட குடுத்துட்டுப் போவே. ஆயா வீடு வெளங்கோணுமில்ல" என்று மூணு பேருமே ஒரு சேரச் சொன்னாக.

அடுத்துச் சுறுசுறுப்பாகக் காரியங்கள் நடந்தேறின. பங்காளிவீட்டு குப்பாஞ்செட்டியார் மகன் நல்லப்பனைப் புள்ளை கூட்டிக்க முடிவாச்சு. புள்ள விடுற ஜாதகமா இருந்து கூட்டிக்கிற ஆத்தா அப்பச்சிக்கும் பொருந்திப் போகணுமுல்ல. "புள்ள கூட்ட ரொம்பத் தரமுடியாது. வீட்டுல காப்பங்கு இருக்கு. மித்தபடி நாளப் பின்ன தங்கிட்ட இருக்க எல்லாமே அவளுக்குப் பெறகு புள்ள கூட்டுற பையனுக்குத்தான்" அப்பிடின்னு சொல்லி விட்டா.

அம்புட்டுக்கும் குப்பாஞ்செட்டியாரும் சொகப்பி ஆச்சியும் ஒத்துக்குனாக. ரெண்டு சோடி சட்டைத்துணி, பாண்டுத்துணி மட்டும் வாங்கி, கர்ச்சிப்பு, பின்னுன துண்டு, குத்தாலந்துண்டுன்னு வீட்டுல இருந்ததையே மகனுக்குப் பரப்புனா சோகி. தனதுக்கு மகனப் புள்ள கூட்டக்கூட மனசார சாமான் சட்டி வைக்கல, தேறாத மனசு சோகிக்கின்னு சொந்தக்காரவுக பேசிக்கினாக.

பையனுக்கு அம்மான் வெள்ளையன் செட்டியார் மகள் செல்லம்மையையே கல்யாணமும் பேசி முடிச்சாச்சு. சோகிக்குக் கொள்ளலன்னாலும் எல்லாரும் வந்து 'அந்த அறைய மகனுக்கு சாமான் போட விடு. இந்த அறையைப் படுக்கக் கொள்ள விடு'ன்னு சொன்னது எல்லாம் புடுச்சுக்கல. அவ மட்டும் தனியாப் பொழங்குன பக்கத்துல

மகனோட இருக்கதுகூட அவளுக்குச் செரமமாய்த்தான் இருந்துச்சு. இனி மகமிண்டி வரவுட்டி எப்புடியோ?

மாமியாளும் மகமிண்டியும் அடுப்படியில மத்தியானம் படுத்திருந்தா நல்லப்பனும் பட்டாலைக்குப் போய் படுக்காம அடுப்படிப் பெஞ்சுலேயே ஒக்காந்துக்குவான். மகமிண்டி தூரம் கெடந்துட்டா. மூணு நாளும் அவ அங்கனேயே தனியா இருக்க, அவனும் அங்கனேயே பெஞ்சுல உக்காந்திருப்பான். இதெல்லாம் சோகிக்குக் கொஞ்சங்கூடப் புடிக்கல.

மகமிண்டியே சாடமாடையா ஆம்பிளையான்கிட்ட கையைத் தலைப்பக்கம் கொண்டுபோய் படுக்குறமாதிரிக் காமிச்சு 'பட்டாலைக்குப் போய் படுத்துக்குங்கம்பா'. அப்புறம்தான் போவான். இது மட்டுமில்லாம தனியா சுத்தபத்தமா பொழங்கிக்கினு இருந்த சோகிக்கு மகமிண்டி முழுகுறது, சாமிவீட்டுக்குள்ள குளிக்காமப்போறது, எல்லாம் எடசங்கமா இருந்துச்சு.

புள்ள கூட்டுனதுலயும் கல்யாணச் செலவுலயும் கணிசமா காசு வேற செலவாகி இருந்துச்சு. தெனம் தெனம் வேற பால், தயிர், பருப்பு, பயறு, அரிசின்னு செலவாகிக்கினு இருந்துச்சு. அவ ஓராளுக்குச் செலவாகுறது வேற. இப்ப அவளத் தேடி வாரவுக, கல்யாணங்க் கேக்க வாரவுக, புள்ள கூட்டுன வீட்டுத் தாயபுள்ளைக, சம்மந்தப்புரத்துலேருந்துன்னு ஆளுப்பேரும் வரப்போக இருந்தாக.

எதுக்கெல்லாம் உள்ளுக்குள்ள ஆசப்பட்டாளோ அதெல்லாம் நடந்துருச்சு, ஆனா அவளுக்குன்னு ஒரு சொதந்திரம் இருந்தது பறிபோயிருச்சு. வாயிலேருந்து வார்த்தை வரமுன்னாடி ஒதட்ட உள்ள மக்குவாய்மாதிரி மடிச்சு அடுத்தவுக பேசுறதுக்குத் தலையாட்டிக்கிட்டு மனசுக்குள்ள ரோசிச்சு அதுக்குப் பொறகாடிப் பேசக் கத்துக்குனா. என்ன, முன்னாடி வெசமாப் பேசுனவ

இப்ப வெசமமா, நையாண்டியாக் கொஞ்சம் பேச ஆரம்பிச்சுட்டா.

நல்லவேளை. அவளை ரொம்பச் சோதிக்காம மகமிண்டி வந்து ஒண்ணு ரெண்டு மாத்தையில மகனுக்குப் பேங்க் வேலை கெடைச்சிருச்சு. எங்கேயோ பட்டுக்கோட்டைப் பக்கம் க்ளார்க்காப் போட்டிருந்தாக. அவன் போய்சேர்ந்து வீடு பார்த்துப் பத்துப் பதினைஞ்சு நாள் கழிச்சு பொண்டாட்டியையும் கூட்டிக்கினு போயிட்டான். அவனைப் பெத்த ஆத்தாளும் சம்மந்தி யாளும் குடி வைக்கப் போய் வந்தாக.

அப்பாடான்னு இருந்துச்சு இப்பத்தான் சோகிக்கு.

18

வளவில் வெள்ளைச் சேலையை ஓதறி ஓதறிக் காயப் போட்டுக்கொண்டிருந்தாள் சோகி. அங்கே பத்தியில் படுத்திருந்த உலகி ஆச்சியின் மகவீட்டுப் பேத்தி மெச்சி எழுந்து ஓடிச் சென்று கீழ்வாசலில் நின்று முறைத்தது. “என்னடி குட்டி பார்க்குறே?”

“எம்மேலே ஏன் தண்ணியத் தெளிச்சீக?”

“நீ ஏன் இங்கன எங்கோட்டுப் பத்தீல படுத்திருக்க. துணி காயப்போட்டா தண்ணீ தெறிக்கத்தான் செய்யும். போ... போயி ஒங்கோட்டுப் பத்தீல படுத்துக்க... போ.”

“எங்க ஆயா ஒலகி ஆயாதான் அழகு. எனக்கு உங்களப் பாக்கப்பிடிக்கல. உங்க முடி நல்லால்ல. சீலை நல்லால்ல” என்றது. ‘துட்டக் குட்டி என்ன வாயி’ என்று கோபப்பட்ட சோகி சொன்னாள், “எனக்குந்தான் ஒன்னயக் கண்டாப் புடிக்கல. ஒனக்கு மூக்குச் சப்பை மூக்கா இருக்கு. நீயும்தான் கருப்பா இருக்கிறே. வாய்க்கிலட்டா இருக்குற. போடி கருப்பாயி” என்று பதிலுக்குச் சொன்னாக.

அதைக் கேட்டுக்கொண்டே வந்த இன்னொரு பங்குக்கார வள்ளியின் ஆத்தா நாகாச்சி சோகியைக் கோபமாகப் பார்த்துக்கொண்டே மெச்சியை இழுத்துப் போய் அவுக ஆயாகிட்டக்க விட்டாக.

“என்னாச்சு ஆச்சி?” என்று ஒலகி விசாரிக்கவும், மெச்சி மூக்கு விடைக்க மூசுமூசுன்னு அழுதா. “ஆத்தாப்பொண்ணு தங்கத்தை யாரு அடிச்சா. யாரும் ஏதும் சொன்னாகளா. அவுகள நாம அடிச்சிருவோம் சொல்லு” என்று உலகி ஆயா கேக்கவும் ஆயா மேல் சாய்ந்துகொண்டு எதிர்த்த அடுப்படியைக் கைகாட்டியது மெச்சி.

அடுப்படிக் கதவை ஒஞ்சரிச்சுச் சாத்திட்டு உட்கார்ந்த நாகம்மை, “இந்தாச்சிக்கு வாய் ரொம்ப நீளம்” என்று எதிர்த்த அடுப்படியைச் சாடை காட்டிப் பேசினாக. ஒலகி ஆச்சிக்குப் பதக் பதக்கென்றிருந்தது. சோகி கேட்டாத் தானும்ல அவளப் பத்தி வம்பு பேசுனம்னு நெனைப்பா என்று தலையை மட்டும் ஆட்டி ஆட்டிச் சேதியை உள்வாங்கிக் கொண்டிருந்தாக.

“எம் மக வள்ளி எட்டாவதுவரை படிச்சிருக்கா. அன்னைக்கு இங்கிலீசுப் பேப்பர்ல ஏதோ படிக்கத் தெரியலைன்னு இந்தாச்சி இது கூடத் தெரியலையான்னு கிண்டல் பண்ணுது. நானுந்தான் அங்கன இருந்தேன். அப்பப் பேசாம இருந்துட்டேன்.

“இந்தாச்சி மகமிண்டி கூட்டியிருக்கே அது கதையைச் சொன்னா நாறிரும். அவ கல்யாணத்துக்கு முன்னாடியே யாரோ டைலரோட தொடர்பா இருந்து அபார்ஷன் பண்ணிக்கினாளாம். சத்தமில்லாம அமுக்கி அம்மான் மகனுக்கே கட்டி வைச்சிட்டாகன்னு பேசிக்கிறாக. இப்பிடி மகமிண்டியக் கூட்டுனவ எல்லாம் எம் மகளுக்குப் படிக்கத் தெரியலைன்னு பேசுறா” என்று ஏசவாரம்பித்தாக. பேச்சு வாக்கில் குரல் உயர்ந்தது.

“ஆச்சி மெதுவா மெதுவா.” வாயில் நான்கு விரலையும் வைத்து சத்தத்தைக் குறைச்சுப் பேசுங்க என்பது போல் உலகி சொல்ல, “இந்தாச்சி என்ன ஓவியம். இதுவே சாமான் வெலைக்குப் போடுறேன்னு யாரையோ

மேவீட்டுக்கெல்லாம் கூட்டிப் போகுது. ஏன் இங்கனயே ரெண்டு பொம்பள ஆளுக வேலைக்கு வர்றாளுகள்ல. அவளுகளட்டச் சொல்லி மேவீட்டுலேருந்து எடுத்துக் கொண்டாந்து கீழ பத்தில அடுக்கச் சொல்லுறது. அப்புறமா யாவாரியைக் கூட்டியாந்து வெல பேசுறது."

இதைக் கேட்டதும் உலகி ஆச்சிக்கே என்னவோ போலானது. பதில் சொல்ல முடியாமல் மென்று முழுங்கினாக. நாகம்மை கல்லல்ல பொறந்தவ. அவ சொல் எல்லாம் வில்லுல அடிச்ச அம்பு போல வந்து விழுந்துச்சு. சிலது கல்லு மாதிரியும் அடிச்சிச்சு.

"கல்யாணம் ஆகாத ஆச்சி, கல்யாணம் ஆகியும் சமையாத ஆச்சி, சாகக் கொடுத்த ஆச்சி, புருசனோட இல்லாத ஆச்சி, வெள்ளைச்சீலைக்கார ஆச்சிகதான் இதுக்கு பெரண்டு. அதுதான் இதோட பேச்சுப் போக்கு எல்லாம் அப்பிடி இப்பிடி இருக்கு." தொடர்ந்தா நாகம்மை.

"நம்மள மாதிரி ஆம்பிள்ளையானோட படுத்துப் பெரண்டு புள்ளைப் பெத்து நாலுலயும் அடிபட்டுக் குடும்பத்தை மேலே கொண்டு வந்திருத்தாத்தானே அந்த அருமை அதுக்குத் தெரியும். பச்சப் புள்ளக கிட்டக்கூட மல்லுக்கு நிக்குது. பேரன் பேத்திகளுக்கு சுத்திப் போடுங்க. கரிச்சுக் கொட்டுது புள்ளைகள."

சொல்லிவிட்டு நாகாச்சி போய்ட்டாக. தன்வீட்டு அடுப்படிக்குள் உட்காந்து இதை எல்லாம் கேட்டுக் கொமைஞ்சிக்கிட்டு இருந்தா சோகி. "தெய்வமே இதெல்லாம் நீ கேக்க மாட்டியா?"

ரெண்டு நாள் இருக்கும். சோலை வேகமாக வந்தாள். "ஆச்சி விசயம் தெரியுமா. நம்ம வள்ளியாச்சி ஆத்தா இங்க வந்திட்டு உங்கள்ட பேசிட்டுப் போனாகள்ல. இன்னைக்குக் காலையில அவுக பெரிய மகவீட்டுப் பேரனோட டிவிஎஸ் வண்டில போகையில கீழ

விழுந்து தாவாங்கட்டையில அடிபட்டு நாலு தையல் போட்டிருக்காம். நத்தமான நத்தம் ஊத்திப்போச்சாம். ஒரு மாசத்துக்கு வாயை அசைக்கப்புடாதாம். தண்ணி ஆகாரம்தானாம்."

"ஆத்தாடி. பொய் சொல்லா மெய் ஐயனாரப்பா... இதென்ன கொடுமை!"

"ஆமா ஆச்சி கொடுமைதான். இங்கன வந்து அந்த சோகி ஆச்சியப் பேசிட்டுப் போனுச்சுல்ல. அதான் விழுந்துருச்சு. சோகி ஆச்சி என்ன திட்டுணுச்சோ. சோகியாச்சிக்குக் கருநாக்கு. பேசும்போது பாருங்க. நாக்கெல்லாம் கருப்பா இருக்கும். அப்பிடி இருக்கவுக எது சொன்னாலும் பலிச்சிரும்" என்றாள். "அவுகளுக்கு அது எல்லாம் தெரியாதுடி. நாகாச்சி இங்கன அடுப்படிக்குள்ள வந்துதான் பேசுனாக."

"அடப் போங்காச்சி, நீங்க வெள்ளந்தியாவே இருக்கீக. அந்தாச்சி ஒட்டுக் கேட்டுக்குனு திரியுது. இப்பக்கூட நான் உங்ககூடப் பேசிக்கினு இருக்கேன்ல. அது வீட்டுச் சொவத்துலயோ கதவுலயோகூட காதை ஒட்டி வைச்சு ஒட்டுக் கேட்டுக்கிட்டுத்தான் இருக்கும். அம்புட்டுப் பேரையும் ரவுண்ட்ஸ் வுடுறதே அதுக்கு வேலை. ஒரு நாள் பாருங்க 'ராசாக் காது... கழுதக் காது' மாதிரி அதுக்குக் காது நீண்டு போகப்போகுது. அப்பத்தான் நம்புவீக" என்று சலித்தபடி வளவைக் கூட்டச் சென்றாள்.

சோகி சிவா

19

"புள்ள கூட்டுன வீட்டுல ரெண்டும் பேத்தியாப் போச்சே" பிள்ளை பிறந்தது கேட்க வந்தவுக சும்மா கேட்டுவிட்டுப் போவதில்லை. நாரதர் போல் சிண்டு முடிஞ்சுவிட்டுச் சிக்கலாக்கிவிட்டுத்தான் போவாக.

"பாவம் சோகி ஐயப்பன் கோவிலுக்கெல்லாம் வேண்டிக்கினு இருமுடி கட்டிப் போய்ட்டு வந்தா. மூத்தது பேத்தியாப் போச்சு அடுத்ததாவது ஆம்பிள்ளையான் பேர் இட்டுக்க அரசாப் பொறக்கோணும்னு. பாவம் அதுவும் பொம்பளப் புள்ளையாப் போச்சு."

"எனக்கு ரெண்டும் பேத்தியாப் பொறந்ததும் சந்தோசந்தான். பேரன்னா என்ன, பேத்தின்னா என்ன, எங்கோட்டுப் புள்ளைகதானே. புள்ள கூட்டுன வீட்ட வெளங்க வைக்க வந்திட்டாக எம் பேத்திக" என்று ஓவியம் பேசிக்கொண்டாள் சோகி. நல்லவேளை என்று ஆசுவாசப் பெருமூச்சு விட்டுக்கினாக நல்லப்பனும், செல்லம்மையும், சிகப்பி ஆச்சியும், அடைக்கம்மையும்.

முதல் பேத்தி பிறந்ததும் உள்ளபடியே கொள்ள வில்லைதான் சோகிக்கு. எல்லாரும் அவ பேரைத்தான் இடோணும் என்ற போது "இல்லை எம் மாமியா பேர் இடுங்க மீனான்னு இல்லாட்டி எங்க ஆயா சீதை பேரிடுங்க" என்றாள். அம்புட்டுப் பேரும் "இல்ல புள்ள கூட்டுன வீட்டுல மொதப் பேத்திக்கு ஓம் பேரத்தான்

இடோணுமாத்தா. அதான ஞாயம்" என்று சொல்லிச் செல்ல நல்லப்பனும் செல்லம்மையும் மூத்தவளுக்குச் "சிவகாமி" என்று பேரிட்டார்கள்.

குலதெய்வம் கோவிலில் போய் சந்நிதியில் குழந்தையைத் தூக்கி வைத்து நிற்கும்போது "சிவகாமி, சிவகாமி, சிவகாமி" என்று மூன்று தரம் குழந்தையின் பேர் சொல்லி வேளார் கூப்பிட்ட அப்பத்தா சிவகாமியின் கையைத் தன் பிஞ்சுக் கைகளால் பிடித்துக் கொண்டாள் குட்டிச் சிவகாமி. தேகமெல்லாம் புல்லரித்தது சோகிக்கு.

பேத்தியின் பிஞ்சு விரல்களைப் பிடித்து முத்தமிட்டாள். 'எம்பேர்ல இன்னொருத்தி. எம்போலவே இன்னொருத்தி. என்னைப் போல் சோகப்படாமல் சுகப்படணும். நல்லா யிருக்கோணும் இவ.' கண்ணுக்குள் கண் பார்த்த குட்டிச் சிவகாமி சிப்பி போல் கண் சிமிட்டிச் சோகியின் விரல் பிடித்து வாயில் வைத்துச் சப்பியது. மனித ஸ்பரிசமே படாமல் பல்லாண்டுகள் வாழ்ந்த சோகியின் தேகம் சிலிர்த்தது.

"சோகிசோகுன்னு எல்லாம் கூப்பிடாதீக. சிவகாமின்னு கூப்பிடுங்க இல்லாட்டி சிவான்னு கூப்பிடுங்க" என்று மட்டும் சொன்னாள் சோகி. மனதுக்குள் பெருமையா யிருந்தது தன் பேரை இட்டுக்கொள்ளவும் பேத்தி ஒருத்தி பிறந்து வந்துட்டாளே என்று. குட்டிக் கன்னங்களை விரல்களால் ஒற்றித் தன் வாயில் வைத்து முத்தமிட்டாள்.

பேத்திக்குப் பறவை பின்னுன துண்டு, மிக்கி மவுஸ் பொம்மை போட்ட துண்டு என்று யாரிடமோ பின்னி, வரைந்து வாங்கிக்கொண்டு வந்துச்சு சோகி ஆச்சி. அதுலதான் புள்ளையப் போட்டுத் தூக்கி வர்றவுக கிட்டக் கொடுத்து வாங்குறது. படைப்பு வீடு பூசை வீடுன்னாலும் சோகியின் குரல் இப்போதெல்லாம் உரத்தும் கம்பீரமாகவும் ஒலிக்க ஆரம்பிச்சிச்சு. அவள் சொல்வதும் திட்டமும் சரியாக இருப்பதால் அனைவரும் சோகியின் ஆலோசனையைக் கேட்டே செய்யலானார்கள்.

பேத்திக்குத் தலையில் மலயா ரிப்பனில் போ கட்டுவது. டேப்பில் முடிந்து பூப்போடுவது, லப்பர் பாண்டுக்குப் பதிலா உல்லனில் முடிந்து கனகாம்பரப்பூ வைப்பதென்ன. டிசம்பர் பூ வைப்பதென்ன என்று ஆறுமாசக் குழந்தைக்கு அலங்கரித்துச் சந்தோசப்பட்டுக் கொண்டிருந்தா சோகி.

மொதப் பேத்தி பொறந்ததும் சுறுசுறுப்பானவ உள்ளே யிருந்த வெள்ளி முட்டாய் ஸ்டாண்டு, பொட்டு ஸ்டாண்டு, வெத்தலைத் தட்டு, கம்போஸா தட்டு எல்லாம் எடுத்து விபூதி போட்டுப் பளபளன்னு தொடைச்சு ஜெமினியில் போய் வேஃபர்ஸ், தேங்காய் முட்டாய், ஜெல்லி முட்டாய், எக்லேர்ஸ், எல்லாம் வாங்கியாந்து முட்டாய்த்தட்டு வைச்சு அம்புட்டுப் பேரையும் கூப்பிட்டா.

“இந்த ஆச்சியப் பாரு எம்புட்டுச் சமத்தி. அம்புட்டுச் சாமானையும் பத்திரமா வைச்சிருந்து ஒண்ணொன்னா எடுத்து விடுது பாரு.” வந்தவுக அம்புட்டுப் பேருக்கும் காளிமார்க் பவண்டோ ஒடைச்சுக் கொடுத்தா சரோசா. எல்லாரும் ஆச்சரியமாத்தான் பாத்தாக, “எச்சிக் கையால காக்காகூட ஓட்டாதே சோகி ஆச்சி... இப்போ இம்புட்டு நல்லாப் பண்ணிப்புடுச்சே” என்று.

வள்ளியாச்சிகூடக் கேட்டாள். “என்னடி சோகி, மகன் ரொட்டி முட்டாய் எல்லாம் வாங்கியாந்து கொடுத்தானா?” முகத்தை நொடித்து மோவாயில் இடித்த சோகி “ஆமா, மகன்தான் வாங்கியாரான். புள்ள கூட்டுன நாள்லேருந்து இன்னய வரைக்கும் எப்ப வந்தாலும் ஒரு ரொட்டி இல்ல முட்டாய் இல்ல. காய் இல்ல கனி இல்ல. எதுதானும் வாங்கியாறதுல்ல. வெறுங்கையை வீசிக்கினு வருவாக ஆம்புள்ளையானும் பொண்டாட்டியும். இதெல்லாம் நா போய் வாங்கியாந்தேன் கல்லுக்கட்டி ஜெமினியில” என்றாள்.

“பணம் வைச்சிருக்கியா. இல்ல வட்டிக்கு அடைச்சவுக கிட்ட கொஞ்சம் கொஞ்சமா அசலையும் வாங்கிக்கினு

இருக்கியேன்னு கேட்டேன். நா வேணா இப்பத் தாரேன். அமயஞ்சமயத்துக்கு வாங்கிக்க. நீ அப்புறமாத் தா. எனக்கு அவசரம் ஒண்ணுமில்ல" என்றாள் வள்ளியாச்சி

"இல்ல கைல பணமிருக்கு. பெரிய காசாணி அண்டா ரெண்டு இருந்துச்சு. அத வெலைக்குக் கொடுத்தேன்" என்றாள் சோகி.

ஆச்சு... ரெண்டாவது பேத்தியும் பிறந்துட்டா. அவளுக்கு நல்லப்பனைப் பெத்த ஆத்தா சிகப்பியின் பேரை வைத்தார்கள். பேரிட்டவர்களைப் போல முன்னது புது நெறமாகவும் சின்னது செகப்பாகவும் இருந்தது. பேத்திகளைத் தூக்கிக்கொண்டு மகன் வீடு பட்டுக்கோட்டைக்குப் போய்விட்டார்கள்.

எல்லாப் பங்கிலும் பிள்ளைகுட்டிகள் லீவுக்கு வந்தவர்கள் எல்லாம் போய்விட வீடு வெறிச்சோடிக் கிடந்தது. ஈரத்துணியோடு வளவுக்குள் வந்து சாமிவீட்டத் தொறந்து விளக்கேத்தி சாமி கும்பிட்டு கதவச் சாத்தி ஈரச்சேலையை உரிஞ்சு போட்டுக் காய்ந்த சேலையை உடுத்தி விபூதி பூச உக்கார்ந்தா சோகி.

ஒலகி ஆச்சி பேத்தி சாலு அவுக பாட்டையா தெய்வராயன் செட்டியார்கிட்டப் பேசிக்கிட்டு இருந்துச்சு. கைபாடு விபூதி பூசுனாலும் காது எல்லாம் நாலாபக்கமும் கேட்டுக்கிட்டுத்தான் இருந்துச்சு சோகிக்கு.

டிவியில் ஏதோ சினிமாப்படம் ஓடிக்கொண்டிருக்க பாட்டையாவின் குறிச்சியின் கைப்பிடியில் கைவைத்துத் தாவாங்கட்டையை வைத்திருந்த சாலு கேட்டது. "பாட்டையா... இந்த ஐஸ்வர்யா ரொம்ப அழகா இருக்கால்ல."

பேத்தியைப் பார்த்துப் புன்முறுவல் பூத்து அணைத்துக்கொண்ட தெய்வராயன் செட்டியார் சொன்னாக, "ஆத்தாப் பொண்ணு, சீதாப்பழம், எனக்கு

எம் பொண்டாட்டி, எம்மக்க, எம்பேரன்பேத்திகதான் அழகு. உலகத்துல எனக்கு வேற யாருமே அழகு இல்லை" அப்பிடின்னாக.

"இப்ப எனக்கு எங்கோட்டுச் சாலுக்குட்டிதான் ரொம்ப அழகு" என்று கொஞ்ச அது உடனே பாட்டையாவை எட்டிப் 'பச்சக்' என எச்சிபட முத்தமிட்டது.

சோகியும் நினைத்துக்கொண்டாள்... 'இவுகளுக்கு மட்டும்தானாக்கும். எனக்கும் எம்மகன் மகமிண்டி பேத்திகதான் ஒலகத்துலேயே கொள்ளை அழகு.'

தேனம்மை லெக்ஷ்மணன்

20

"பாங்குக எல்லாம் பெருவாரிப் பணம் வட்டிக்குக் கொடுத்தது திரும்பலயாம். முழுகிப் போகப் போகுதாம். அதுனால மத்த பெரிய பாங்குகளோட ஒண்ணாச் சேக்குறாகளாமே சோகி. ஓம் மகன் வேலை செய்யிற பாங்கும் இன்னோரு பாங்கோட சேந்திருங்கிறாக. அப்புறம் இதுல வேலை செய்யிறவுகள எல்லாம் வெளிய போகச் சொல்லிருவாகளாம்ல." பங்காளி வீட்டு சோமையாண்ணன் வட்டிப் பணத்துக்கு ட்ராஃப்டைக் கொடுத்துட்டு நேத்து சொல்லிப் போனாக.

சிவாவுக்கு எட்டு வயசும் சிகப்பிக்கு ஆறுவயசும் ஆகி இருந்தது. "படிக்கிற புள்ளைகளை வைச்சிக்கிட்டு மகன் என்ன செய்வான்?" சோகிக்குக் கவலையாயிருந்தது. அடிமொதல்னு ஒண்ணுமில்ல. காப்பங்கு வீடு, மாசா மாசம் செலவுக்கு வர்ற மாதிரி கொஞ்சம் வட்டிக்கு விட்ட பணம், கொஞ்சம் பித்தளைச் சாமாய்ங்க, தங்கம், வெள்ளி, வைரம் கைவசம் இருந்துச்சு. ஆனா நடைமொறைச்செலவுக்கு எத வித்தாலும் பத்தாதே. அப்பிடியே ஒண்ணொன்னா வித்தாலும் எத்தன மாசத்துக்குப் போதும்? மகமிண்டிக்கும் அதிகமா ஒண்ணும் வைக்கல.

ரோசிச்சபடி திருவனந்தல் பாக்கப் போன சோகி ஆச்சி மீனாட்சியம்மன் சந்நிதியிலேயே கொஞ்சநேரம் தூண்ல சாய்ஞ்சு உக்காந்துட்டாக. கோயிலில் வருஷக்

கணக்குப் பார்க்கும் செல்வமணியும் பெரிய கருப்பனும் கைப்பெட்டியோடு வந்து உக்காந்தாக. ஒரு சாய்வு மேசையில் பேரேடுகள் அடுக்கி இருந்துச்சு.

ஒரு சின்னப் பெண் செல்வமணியின் கையோடு சுத்தி ஓடி ஆடிக்கினே இருந்துச்சு. சுட்டிப் பிள்ளை என்பதால் சோகி ஆச்சி அதைக் கவனிக்கத் தொடங்கினாக. அது ஒவ்வொரு தூணையும் தொட்டுட்டு சோகி ஆச்சியையும் தொட்டுட்டு தள்ளி நின்னு பார்த்துட்டு ஓடுச்சு.

"அப்பச்சி யார் இது?" என சோகி விசாரிக்க, செல்வமணி, "ஆச்சி எம் மகவீட்டுப் பேத்திதான். பேரு பார்வதி. அடுத்து அவளுக்குப் புள்ள பொறந்து இருக்கு. அது கைப்புள்ளயா இருக்குன்னு இத இங்கன நாங்கதான் வைச்சிருக்கோம். முத்தையா அழகப்பாவுலதான் படிக்க வைக்கிறேன். யூகேஜி படிக்குது. இன்னிக்கு லீவு. பள்ளிக்கோடம் இல்ல. அதான் கூட்டியாந்தேன்" என்றார்கள்.

மறுநாளே சனிக்கிழமை, ஞாயித்துக்கிழமை என்பதால் நல்லப்பனும் செல்லம்மையும் வந்திருந்தார்கள். பெரிசு அப்பத்தாளோட்ட பிரியமா ஒட்டிக்கும். சின்னம் ஆத்தாளோட ஒட்டுவாரொட்டி... சீண்ட்ரம்... முருதாடி. மகன் மொகமும் மகமிண்டி மொகமும் சொல்லிக்கிறாப்புல இல்ல.

"என்னப்பச்சி விசயம்..? ஏதோ பாங்குக்குப் பிரச்னைங் கிறாகளே!"

"ஆமா ஆத்தா. எங்க பாங்கை வேறொரு பாங்கோட சேக்கப் போறாக. இதுல இருக்கவுகளை இன்னும் ஆறு மாசத்துக்குத்தான் வைச்சுக்குவாகளாம். அப்புறம் போகச் சொல்லிருவகளாம். நான் வேற பென்ஷனுக்கு எல்லாம் எழுதிக் கொடுக்காம விட்டுப்புட்டேன். என்ன மாதிரிப் பலபேரு எழுதிக் கொடுக்கல. போகச் சொன்னா வெறுங்கையோட வெளிய போய்த்தான் ஆகோணும்.

மூணு மாசம் முன்னாடி நோட்டீஸு குடுப்பாக. அதுக்குள்ள வேற பாங்குகள்ல கிடைக்குமான்னு பார்க்கோணும்."

"ஆத்தா ஓசைமணி காளி இதென்ன சோதனை." என்னதான் பெறாத மகனாக இருந்தாலும் அவன் சோகமெல்லாம் சோகி ஆச்சி மூஞ்சிக்கு ஏறிப்போச்சு. 'அடிப் பாதரவே. படிக்கிற புள்ளகள வைச்சிக்கினு எந்த ஊருக்குப் போவாக. எங்கன வேலை கெடைக்குமோ.'

இனி புள்ளக படிப்பு செலவு, சமைஞ்சா செலவு, கல்யாணச் செலவு, இதுக்கெல்லாம் என்ன பண்ணுவானோ.

"அப்பச்சி எம்புட்டுப் பித்தளைச் சாமானைப் பூரா வித்துப்புடவா".

"வேண்டாத்தா அது எல்லாம் அப்பிடியே இருக்கட்டும். கல்யாணத்தும் போது ஓங்கோட்டு சாமான்க ஓங்க பேரிட்டுக்குன சிவாவுக்கு. செல்லம்மைக்கு வச்ச சாமான்க எல்லாம் சிகப்பிக்குன்னு நெனைச்சிக்கினு இருக்கேன். அதப் போயி விக்க வேண்டாம். வேற பாங்குகள்ல முயற்சி பண்ணுறேன். கெடைக்கும். எங்களுக்காக சாமியக் கும்புட்டுக்குங்க."

"நல்லா அப்பச்சி. அப்புறம் இந்தச் சிவாவை எங்கிட்ட விட்டுட்டுப் போங்களேன். இங்கேயே முத்தையா அழகப்பா நல்லா இருக்காம்ல. செவங்கோயில்ல இந்தவருஷக் கணக்குப் பாக்குற செல்வமணி பேத்தி அங்கதான் படிக்குதாம். இதையும் இங்கனயே சேத்துப்புடலாம். பின் வீதில மாமரத்தா வீட்டுக்கிட்டத்தான் பள்ளிக்கோட பஸ் வருது. பீஸும் கொஞ்சமாத்தான் இருக்கும்கிறாக. எங்கூட இருக்கட்டும். நா படிக்க வைச்சு எங்கூட வைச்சுக்கிறேனே."

ஆம்பிளையானும் பொண்டாட்டியும் ஒருத்தரை ஒருத்தர் பார்த்துக்கினாக. மாமியா நல்லாத்தான் பார்த்துக்குவாகன்னு நம்பிக்கை வர விட்டுப்போக முடிவு பண்ணா செல்லம்மை.

“இவுக ஆத்தாவீட்டுல பங்காளிக எல்லாம் பிள்ளையார்பட்டி, குன்னக்குடி, போயிட்டு மாத்தூர் ஐநூற்றீசுவரர் கோவிலுக்குப் போறாக. பிரம்மோச்சவத்துல அவுக மண்டகப் படிங்கிறதால பங்காளிக எல்லாம் வேனெடுத்துப் போறாகளாம். வாங்காத்தா போய்ட்டு வருவோம்.”

மகன் கூப்பிட மொறைப்பலகாரம் சம்மந்தியாவீடு மொறையாத் தரல என்றெல்லாம் முன்பு கோபித்துக்கொண்ட சோகி, இன்று சம்மந்தப்புரம் முறையாக் கூப்பிடாமலே மகன் வீட்டோடு கிளம்பினாள்.

மாத்தூரில் ஆனந்த முனீஸ்வரன் சந்நிதியில் சாம்பிராணி போட்டுச் செதர்க்காய் ஒடைச்சு “எம் மக்க பொண்டுகளை எல்லாம் நீதான் காப்பாத்தோணும் ஆனந்த முனீஸ்வரா” என வேண்டிக்கொண்டாள்.

21

"அடி... எனக்கு முழுக்கு நின்னு போச்சு அதெல்லாம் ஒங்க ஆத்தா உபயோகப்படுத்துனதுடி" என சிவாவிடம் சொல்லிக்கொண்டிருந்தாக சோகி ஆச்சி. ரொட்டிப் பொட்டித் தகரத்தில் தீட்டுத் துணி எல்லாம் சலவை செய்து அடுக்கி இருந்தது. "அது எல்லாம் டர்ட்டி அப்பத்தா. காட்டன் துணி நேப்கின் யூஸ் பண்ணிட்டுத் தூக்கிப் போட்டுடணும். நோ ரீ யூஸ், அது ஹெல்த் ஹஸார்ட்" என்றாள் சிவா. இங்கிலீஷில் பேத்தி பேசும்போதெல்லாம் பூரித்துப் போய்ப் பார்த்துக் கொண்டிருப்பா சோகி.

"அப்பத்தா, அப்பத்தா" என்று வாய் ஓயாமல் கூப்பிடும் சிவாதான் சோகி ஆச்சிக்கு இப்பவெல்லாம் ரைட்டும் லெஃப்ட்டும். ரெண்டு பேரும் உக்கார்ந்து செஸ் வெளையாடுற தென்ன, சைனிஸ் செக்கர் வெளையாடுறதென்ன, கேரம் போர்டு வெளையாடுறதென்னன்னு புதுசு புதுசா கத்துக்கினாக சோகி ஆச்சி.

பதினோரு வயதிலேயே சமைந்துவிட்டாள் சிவா. ஆறாங்கிளாஸ்தான். ஆனால் சோகி ஆச்சியின் போஷாக்கில் நெகு நெகுவென உயர்ந்துவிட்டாள். தினம் நாட்டுக்கோழி முட்டை, ஓவல், வாரம் ரெண்டுதரம் கசாப்பு, தெனம் ஏதாவது பழம்னு பேத்திக்கு ஊட்டிக்கிட்டே இருப்பா சோகி. சொல்லப்போனா வைச்சுத் திணிப்பா

யாரையும் பாக்கத்துக்கோ பேசறதுக்கோகூட நேரம் இல்ல. இப்ப சோகிக்கு எல்லாமே சிவாதான். சிவாதான் அவ உலகம். "பேத்தி வந்ததுலே இருந்து இந்தாச்சிக்குப் பெருமை பீத்தக்கலம்" என்று சோலையும் சரோசாவும் கிசுகிசுத்துக்கினாக. அப்பத்தாளை விடப் பேத்தியப் பாத்து அவுகளுக்கு வெகு பயம். ஏன்னா அப்பத்தாளை மாதிரியே அவளும் கட் அண்ட் ரைட்டாக இருப்பா.

அடுப்படியில் ஒரு சின்ன டிவியும் இப்ப குடி வந்திருச்சு. பேத்தி பள்ளிக்கூடத்திலேருந்து வந்தோடனே ட்ரெஸை மாத்திவிட்டுப் பலகாரம் கொடுப்பாக சோகி. ஓவல் குடிச்சிக்கிட்டே அவ பார்க்குற அம்புட்டு டிவி கார்ட்டூன் ஷோவையும் சோகியும் பார்ப்பாக.

புதுசா ஒரு ஒலகத்துக்குள்ளே நொழைஞ்ச மாதிரி இருந்துச்சு சோகிக்கு சிவா கூட இருக்குறது. தெனம் தெனம் புதுப்புதுப்பேச்சும் புதுப்புது உலகமும் அவளுக்குத் தெம்பட்டுச்சு. மத்த பங்குக்காரவுகளும் அவுக பேரன் பேத்திகளும் கூட இப்ப சோகிக்கு ரொம்ப சிநேகமாயிட்டாக.

சிவாவோட பள்ளிக்கோட சிநேகிதக்காரிகளும் அப்பத்தா அப்பத்தான்னு ஓடியாருவாளுக. அம்புட்டுப் பேரும் சோகிக்கும் ஃப்ரெண்டாகிப் போனாக. பேத்தி சொன்னான்னு இப்பல்லாம் சோகி வெள்ளை ரவிக்கை போட்டு வெள்ளைச் சீலையைக் கட்டிக்கிறாக. பள்ளிக்கோட ஆண்டுவிழாவுக்குப்போய் பேத்தி ஜான்சி ராணி மாதிரி மாறுவேடப் போட்டியில் கலந்துக்கிட்டு மொதப்பரிசு வாங்குனப்ப பூரிச்சுப் போனுச்சு சோகியாச்சி நெஞ்சம்.

மகனுக்கும் வேறு பாங்கில் வேலை கிடைச்சிருச்சு. ஆனா சிவா அப்பத்தாவோடேயே இருக்கம்னுட்டா. அதைக் கேட்டுக் கொள்ளல சோகிக்கு. சோகியும் சிவாவும் ஒருத்தர ஒருத்தர் இன்ன வரைக்கும் பாசத்தால

கட்டிப் பிடிச்சுக் கொஞ்சிக்கினதில்லையே தவிர ஒருத்தர ஒருத்தர் நல்லாப் புரிஞ்சு வைச்சிருந்தாக. ரெண்டு சிநேகிதக்காரிக மாதிரித்தான் அவுக நடை ஒடை எல்லாம் இருக்கும். கண்ணால பார்த்து அப்பப்ப சிரிச்சுக்குவாக அம்புட்டுத்தான்.

ப்ளஸ்டூ படிக்கும்போது பெண்கள் தினத்துல, "உங்க ரோல் மாடல் யார்?" அப்பிடின்னு பள்ளி நடத்துன பேச்சுப்போட்டி ஒண்ணுல, எல்லாரும் இந்திராகாந்தி, ஜெயலலிதா, கிரண் பேடி, மேரி கோம், அன்னை தெரசா, ஆங்சாங் சூயி பத்திப் பேசுனப்ப, "வாழ்க்கை பூராவும் தடைக்கற்கள். அத்தனையையும் படிக்கற்களாக்கியவர், இரும்பு மனம் கொண்டிருந்தாலும் கரும்பு போல இனிப்பவர், எங்களுக்காகவே தங்கள் வாழ்நாளை அர்ப்பணிச்சவர், என்னிக்குமே எல்லாருக்குமே சிம்ம சொப்பனமாக இருப்பவர், தன் நிலை தாழாமல் இன்னிக்கும் செயிண்ட் மாதிரி வாழ்ந்திட்டு இருக்கும் சிவகாமி ஆச்சி அதாவது எங்க அப்பத்தாதான் என்னோட பெஸ்ட் ரோல் மாடல்" அப்பிடின்னு பேசி தலைமை ஆசிரியையிலிருந்து அத்தனை பேரையும் ஆச்சரியப்பட வைச்சா சிவா. இத எல்லாம் அவங்க ஆசிரியை பெற்றோர் ஆசிரியர் சந்திப்பில் சோகிக்கிட்டச் சொல்லும்போது சோகிக்குத் தான் வாழ்ந்த வாழ்க்கைக்கு ஒரு அர்த்தம் கிடைச்சாப்புல இருந்துச்சு.

பள்ளிக்கூடத்திலெல்லாம் ஸ்காலர்ஷிப் வாங்கிப் படிச்ச சிவாவுக்கு அழகப்பா பொறியியல் கல்லூரியிலேயே மெரிட்டில் அவள் கேட்ட மென்பொருள்துறையே கிடைத்தது. கல்லூரியிலும் அதிகம் செலவில்லாமல் படித்துத் தங்க மெடல் வாங்கினாள். யூனிவர்சிட்டி ராங்க் ஹோல்டர். கம்பெனிகள் வேலை தரப் போட்டி போட்டன. பெங்களூரிலோ ஹைதராபாத்திலோ ஆறுமாசம் இண்டர்ன்ஷிப். அதன் பின் அவர்கள் கம்பெனி இருக்கும் வெளிநாட்டில்தான் வேலை பார்க்கும்படி இருக்கும்.

"அடி ஆத்தி, புள்ளய வெளிநாட்டுக்கெல்லாம் அனுப்ப முடியாது. சட்டுப் புட்டுன்னு மாப்புள்ள பார்த்துக் கலியாணத்தை முடிச்சிறணும்." இதைக் கேட்டு அப்பத்தாவைப் பார்த்துச் சிரித்துவிட்டு, "அப்பத்தா சொந்தக்கால்ல நிக்கணும். சுயமா சம்பாதிக்கணும். வீடு வாங்கணும். கார் வாங்கணும். ஃபாரின் ட்ரிப் போகணும். மேரேஜ் எல்லாம் அப்புறம்தான்" என்ற சிவாவைப் பார்த்து வியந்து கொண்டாள் சோகி.

தேனம்மை லெக்ஷ்மணன்

22

“அடி இவுகள்ளாம் என்ன ஆளுக?” என்று பேத்தியிடம் கிசுகிசுப்பாகக் கேட்டாக சோகி ஆச்சி. இண்டர்ன்ஷிப்புக்காக அவளோடு மூன்று ஆண் பிள்ளைகளும் தேர்வாகி இருந்தாக. எல்லாரும் ஆறுமாசம் பெங்களூரில் ஒரு பிஜியில் தங்குவதாக ஏற்பாடு.

‘யாரோ எவரோ... என்ன சனங்களோ...’ இவகளோட எல்லாம் பேத்தி பேசிக்கினு போறது வாறது எல்லாம் பிடிச்சிக்கிடலை அவுகளுக்கு. அதிலும் ஒவ்வொருதரமும் பேசி முடிச்சதும் ஹைஃபை பண்ணுறேன்னு எல்லாரும் கையைத் தட்டிக்கிறதுந்தான்.

சோலையும் சரோசாவும் இதைப் பார்த்துட்டு நமுட்டுச் சிரிப்புச் சிரிச்சிக்கிட்டுப் போனதையும் ஒருநாள் அவுக பார்த்திருந்தாக. இரகசியமாப் பேசி யிருப்பாளுக “படிக்கிற பயலுகளோட்ட இந்தப் புள்ள கையைத் தட்டிக்கினு கூத்தடிக்குது. பாரு இந்தாச்சி பேத்தின்னவொடனே எம்புட்டு சலுகை. இதே அடுத்தவுக பேத்தின்னா இந்தாச்சி ஆய்ஞ்சி விட்ரும் ஆய்ஞ்சு” அவுக பேசுனாகளோ இல்லையோ சோகி ஆச்சி மனசெங்கும் இதே ரீங்காரமா இருந்துச்சு.

அழகப்பா கல்லூரில ஆம்புள்ளைப் புள்ளைகள பொம்புள்ளைப்புள்ளைக ரெண்டு பேரும் படிக்கிறாக

தான். சிவாவுக்கு அவுக அம்புட்டுப் பேரும் ஃப்ரெண்டுக தான். அதுக்காக வீட்டுக்குள்ள கண்ட சனங்களையும் எப்புடி விடுறது. சோகியாச்சி சிந்தனைபாடு தாறுமாறா ஓடிக்கிட்டு இருக்க, "அப்பத்தா அதெல்லாம் அப்புறம் சொல்லுறேன்" என்று கூறிவிட்டு முகப்பு வரை சென்று அங்கேயும் சிறிது நேரம் பேசிக்கொண்டிருந்துவிட்டு அதன்பின் அவர்களை எல்லாம் அனுப்பிவிட்டு அடுப்படிக்கு வந்தா சிவா.

அதுவரை சாமி வீட்டுக்கும் அடுப்படிக்குமா முகப்பை நோட்டம் விட்டபடி வளவுக்குள் இருப்புக் கொள்ளாம அலைஞ்சிக்கிட்டு இருந்தாக சோகி ஆச்சி.

"இவுக பேரெல்லாம் என்ன... வீடு எங்கன இருக்குனு சொல்லாத்தா?"

"அப்பத்தா இவங்க பேரு மணி, சோமன், பழனி, செஞ் சைக்கிட்டயோ நடராஜா டாக்கீஸுக்கிட்டயோ வீடாம் இத வச்சு அவுக கேஸ்டைக் கண்டுபிடிக்கப் போறீங்களா அப்பத்தா?"

"அடி அவுகளோட எல்லாம் நாம பழகப்புடாது. படிப்பறிவு இல்லாத சனங்க. சுத்தபத்தம் பத்தாது."

"அப்பத்தா அதெல்லாம் போன நூற்றாண்டு. நீங்கதானே சொல்வீங்க அரியும் சிவனும் ஒண்ணு. அறியாதவங்க வாயில மண்ணுன்னு, நீங்களே மனுஷனுக்கு மனுஷன் டிஃபரன்ஸ் பாக்கலாமா. நம்ம வீட்டுல எல்லாரும் பல தலமுறையாப் படிச்சவுக. பாட்டையா, ஐயா, நீங்க, அப்பா, அம்மா எல்லாரும். ஆனா அவங்க மொதல் தலைமுறையாப் படிக்க வர்றவங்க. ரொம்ப ஸ்ட்ரகிள் பண்ணிப் படிச்சு மெரிட்ல சீட் வாங்குனவங்க."

"எனக்குக் கூட நீங்க டியூஷன் எல்லாம் வைக்கிறேன்னு சொன்னீங்க. அவங்க வீட்ல எல்லாம் அவங்களுக்கு

அனா ஆவன்னாச் சொல்லிக் கொடுக்கக்கூட யாரும் இல்ல."

"என்னவோ போத்தா. மனசு ஒப்பல..."

"மொதல்ல அவங்கள எல்லாம் வெறுக்குறதக் கைவிடுங்க அப்பத்தா. நம்மள மாதிரி நெனைங்க ப்ளீஸ்."

"ஆத்தாப்பொண்ணு எனக்கு ஒரு சத்தியம் பண்ணித் தரோணும்."

"என்னப்பத்தா சத்தியம்?"

"நம்மாளுகள்ல உள்ள பையனைத்தான் நீ கல்யாணம் பண்ணிக்கோணும். எந்தலைமுறை வரைக்கும், உங்கப்பச்சி ஆத்தா தலைமுறை வரைக்கும் பணங்காசுல கொறைஞ்சிருந்தாலும் கௌரதைல நாம கொறைஞ் சிடல. கையூனிக் கரணம் பாய்ஞ்சாலும் ஊர் முன்னாடி நிமிர்ந்து வாழ்ந்தே பழகிட்டோம். அப்பத்தாவைத் தலகுனிய வைச்சிராதாத்தா."

"அப்பத்தா நீங்க வளர்த்த புள்ள நா. உங்க ரத்தம் ஓடாட்டியும் உங்க எண்ணமும் உறுதியும்தான் என் ஒடம்பெல்லாம் ஓடுது. உங்ககிட்டச் சொல்லாம உங்க அனுமதி இல்லாம என் லைஃப்ல எதுவுமே இல்லை. புரிஞ்சுக்குங்க. அப்பா அம்மாவுக்கும் முன்னாடி நீங்கதான் எனக்கு எல்லாம்" என்று அப்பத்தாவின் கையை இறுக்கப் பற்றிக்கொண்டாள் சிவா.

"நீ நல்ல புள்ளத்தா. காலம் கெட்டுக் கெடக்குல்ல. டிவில எல்லாம் காட்டுறாய்ங்களே" தன் கையைப் பிடிச்ச சிவாவின் கரத்தைத் தன் இன்னொரு கையால் புறாக் குஞ்சை மூடுறது போலப் பிடிச்சு மூடி வைச்சிக்கினாக சோகி ஆச்சி.

"என்கிட்ட யாராவது மிஸ்பிகேவ் பண்ணா நா சும்மா விட்டுற மாட்டேன் அப்பத்தா. அதெல்லாம் உங்ககிட்டச் சொல்லி இருக்கேன்ல. நீ ஒங்க அப்பத்தா வோட டபிள் வாச்சோவானுகூட (DOUBLE WACHO) காலேஜ்ல எல்லாம் கேலி செய்வாங்க. உங்களைக் கண்டாப் பயப்படுறது போல என்னைக் கண்டாலும் பயப்படுவாங்க அப்பத்தா."

"அடி ஒம்மேல ஒரு தப்பும் இல்ல. ஒன் வயசும் காலமும் அப்பிடி" என்றபடி அவள் முகவாயைத் தொட்டு வாயில் வைத்து முத்தமிட்டுக் கொண்டாக சோகி ஆச்சி. அவள் தன் குடும்பத்தின் சொத்துப் போலவும் தன் கையிருப்புப் போலவும் அதைத் தன் வாழ்நாள் முழுமைக்கும் கட்டிக் காப்பாத்த வேண்டியது தன் கடமை போலவும் ஒரு மன நெருக்கடி கூடியிருந்தது அவுகளுக்கு.

"அப்பத்தா பயப்படவே பயப்படாதீங்க. எனக்குக் கல்யாணம்னு நடந்தா அது உங்க அனுமதியோட உங்க சந்தோஷத்தோடதான் நடக்கும்." அப்பத்தாவை ஆரத் தழுவி அவர்கள் நெற்றியில் முத்தமிட்டாள் சிவா. பல்லாண்டுகளாய் யார் ஸ்பரிசமும் படாத சோகி ஆச்சியின் தேகம் புல்லரித்தது. கூசிச் சிலிர்த்தது.

"இன்னும் ஒரு வாரத்துல பெங்களூர் போகணும். உங்களுக்கு செல்ஃபோனுல வாட்ஸப் போட்டு எப்பிடி ஆன் பண்ணனும்னு சொல்லிக் கொடுத்திருக்கேன்ல அப்பத்தா. எப்ப வேணாலும் எனக்கு நீங்க வீடியோ கால் பண்ணுங்க."

பேத்தி புதிதாய் வாங்கித் தந்த ஃபோனையே அவளாய் நினைத்து இறுக்கப் பிடித்துக் கொண்டார்கள் சோகி ஆச்சி.

அவள் பெங்களூரு போய் ஆறுமாதம் ஒரு பிரச்சனையுமில்லாமல் ஓடியது. அடுத்து அமெரிக்

காவுக்கும் இரண்டு ஆண்டு காண்ட்ராக்டில் போக வேண்டி வந்தது. இப்போது சோகி ஆச்சி மனதும் பலப்பட்டுவிட்டது. பேத்தியும் உலகம் தெரிந்தவளாகி விட்டாள்.

அமெரிக்காவுக்குப் போவதற்கு முன் விசா ப்ராஸஸ் நடந்துகொண்டு இருந்தது. அந்தச் சந்தர்ப்பத்தில் பெங்களூரில் இருந்து அப்பத்தாளோடு ஒருவாரம் வந்து இருந்துவிட்டுப் போக வந்தாள் சிவா.

23

"ஆத்தாடியோய்.. சின்னம்மையாச்சி பேத்தி.. அந்தக் கறுத்தக்குட்டியா அப்பிடிப் பண்ணிப்புடுச்சு." சோகியாச்சி கொடுத்த ரேசன் கோதுமையுடன் சமீபகாலத்தில் நடந்த செட்டிய வீட்டுக் கலப்புத் திருமணங்களையும் புடைத்துத் தட்டிக்கொண்டிருந்தாள் சோலை.

"ஆமாம் சோகியாச்சி அதேதான்."

"மாப்பிள்ளை யாராம்?"

"அதாரோ... கூடப் படிச்ச பயலாம்." சுளகைத் தட்டிப் ஃபூ வென ஊதினாள். கோதுமைத் தவிடு எல்லா இடமும் பறந்து விழுந்தது. கரம்பையை எல்லாம் பொறக்கிப் போட்டாள்.

"டாக்குட்டருக்குல்ல படிச்சிச்சின்னு சொன்னாக."

"ஆமா, கூடப் படிச்சவன்... ஏதோ தாழ்ந்த சாதியாம். நல்லாப் படிப்பானாம். மகளுக்குப் பிடிச்சிருக்குன்ன வொடனே பேசிப் பார்த்திருக்காக. அது மடிய மாட்டேன்னு அவனைத்தான் பண்ணிக்குவேன்னவுடனே ஆத்தா அப்பச்சியே ஒத்துக்கினு பண்ணி வைச்சு இங்கன மண்டபத்துல ரிசப்சன் எல்லாம் வைச்சாகளாம். ஒங்களுக்குப் பேப்பர் வந்திருக்கோணுமே ஆச்சி."

“போஸ்ட்ல வந்திருக்கு. நாந்தான் மகன் வீட்டுக்குப் போயிருந்தேன்ல. அந்தக் குட்டி அவனோட்ட ஓடிப்போனாக் கேவலமாய்ப் போயிருமில்ல. அதான் அவுகளே பண்ணி வைச்சிட்டாக. ஆமா.. அத்தத்தண்டி வீட்டுல வைக்காம மண்டபத்துல ஏன் வைச்சாக?”

“வளவுக்குள்ள இருக்க பங்குக்காரவுக வைக்கப்பிடாதுன்னுட்டாகளாம். அவுக முகப்புல இருக்குற காசி விசுவநாதன் அண்ணன் இந்தக் கல்யாணத்தைப் பத்திக் கேட்டோன்னவுடனே கோவமாயிட்டாகளாம். படைப்பு, பூசைன்னு எதுக்கும் கூட்டியாந்திராதேன்னு கூட நெல்லியானக் கோச்சுக்கினாகளாம். ஆனா அதுக்கு நெல்லியான் பங்காளி வீடெல்லாம் கூடப் போய் வந்தாகளாமே ஆச்சி” என அவர்கள் பேச்சில் குறுக்கிட்டபடியே வந்தாள் இன்னொரு பங்குக்காரியான வள்ளி. புடைத்த கோதுமையைப் பானாக் காதுச் சட்டியில் கொட்டிக் கொடுத்துவிட்டு, “நாளைக்கு வந்து காயப்போட்டு அரைச்சுத் தாரேனாச்சி” எனச் சொல்லிக்கொண்டு கிளம்பினாள் சோலை.

“அடப் புரியாத பயலே. சின்னம்மை ஆச்சி பேரு என்ன... பெருமை என்ன... அவ மகன் நெல்லியப்பனுக்குப் புத்தி கெட்டு போச்சா. அவென் மகளுக்குத்தான் கெட்டுப் போச்சுன்னா...” என்று பரிதவித்தாள் சோகி ஆச்சி.

“ஆமா ஆச்சி, செட்டிய வீட்டுல பண்ணுனா ஐந்து நகை பத்து லெச்சம், ஏழு நகை இருபது லெச்சம்னுல்ல கேக்குறாக. செலரு அம்பது லெச்சம் ஏன் கோடிக்கணக்குல கூடக் கொடுக்குறாளாம். தோது கூடிக்கினே போகுது. பையன்களும் பொண்ணுகளும் சேய வழியில்லாமப் பெருவாரிப் பேரு இருக்காக.”

“அடியாத்தி... சின்னம்மை ஆச்சி வீடு சேயக்கொள்ள வசதி வாய்ப்பு இல்லாதவுகளும் இல்ல. பாவம்.”

"எதவானவுக வீட்டுப் புள்ளைகளும்தான் அப்பிடிப் பண்ணிப்புடுதுக ஆச்சி."

"அதாரச் சொல்லுறே அந்த குண்டு மணியண்ணன் பேத்திதானே. தெங்கணம் மாதிரித் திரிஞ்சதே. அதுவா?"

"ஆச்சி சின்னப் புள்ளையிலதான் அது தெங்கணம். நல்லா உடுத்திக்கக்கூடத் தெரியாது. இப்ப நல்லாப் படிச்சு ஏதோ வேலையில இருக்கு. யாரோ கூட வேலை பார்க்குற பையனைப் பண்ணிக்கினுச்சுன்னு கோயில்ல பேசிக்கினாக. அப்பச்சியும் ஆத்தாளும்தான் அவமானம் தாங்காமப் போய்ச் சேர்த்துட்டாக. அவுக மானி" என்றாள் வள்ளி.

"அடி அவுகளுக்கு ஏதோ முன்னாடியே ஒடம்பு சரி யில்லயாம்."

"அத விடுங்க. ஏன் ஆச்சி... எங்க பங்காளி வீட்டுலயே வெளிநாட்டுலயே பொறந்து வளந்த பொண்ணு ஒன்னு வெள்ளைக்காரனத்தான் பண்ணிக்குவேன்னு ஒத்தக் கால்ல நின்னுச்சு... அவுக ஆத்தா அப்பச்சி பண்ணி வைக்கலையா..?"

"வளப்புச் சரியில்ல" என்றாள் சோகி ஆச்சி.

"ஆமா ஆச்சி. செட்டிய வீட்டுல ஒண்ணுஞ் சொல்லிக்கிற மாதிரி இல்ல. பயலுகளும் அப்பிடித்தான் கூடப் படிக்குற புள்ளைக, வேலை பார்க்குற புள்ளைகளப் பண்ணிக்கின்றாய்ங்க. சொந்தத் தொழில் பண்ற பையன்களுக்குச் செட்டிய வீட்டுல பொண்ணு குடுக்க மாட்டேங்குறாக. மாப்பிள்ளை பொண்ணை விடக் கம்மியாப் படிச்சிருந்தா, சம்பளம் கம்மியாயிருந்தா பொண்ணு குடுக்க மாட்டேங்குறாக. பொண்ணுக எல்லாம் லெச்சக் கணக்குல சம்பளம் வாங்குதுக. அவுக அப்பச்சி ஆத்தாளும் புள்ளைக சொல்லுக்குத்தான

ஆடுறாக. பொண்ணே கெடைக்கலன்னா இவய்ங்களும் என்னதான் பண்ணுவாய்ங்க. 30, 35 வயசு வரைக்கும் காத்திருந்திட்டு வழுக்கை வேற விழுந்து தடிச்சுப் போயிடுறாய்ங்க. அப்புறம்கூட வேலை பார்க்குற புள்ளைகளைப் பண்ணிக்கிடுறாய்ங்க."

"அவுகளுக்கெல்லாம் புள்ள பொறந்தா கிராஸாப் போயிடுமேடி. அந்தக் காலத்துல பக்கத்து வளவு முருகப்பையா வைச்சிருந்த கேரளப் பொம்புளைக்குப் பொறந்த செயராமன் கடைசி வரை கல்யாணமே பண்ணிக்கல. ஐயப்பன் கோவிலுக்கே வருசா வருசம் போயிக்கினே இருப்பான். அவன் தம்பி தங்கச்சிக்கெல்லாம் கல்யாணம் ஆயிருச்சு. அதுவும் இது மாதிரிக் கிராஸில் பொறந்த புள்ளைகளோடதான். புள்ளைகளுக்குச் செட்டிய வீட்டுப் பெருமைகளைச் சொல்லிச் சொல்லி வளக்கோணும்."

"எங்க ஆத்தா நாகம்மை ஆச்சி எல்லாம் நான் சின்னப் புள்ளையா இருக்கும்போது ஸ்டெயிலா எல்லாம் ட்ரெஸ் உடுத்த விட மாட்டாக. தல சீவ விட மாட்டாக. முகப்பு எல்லைக்கு வெளியே எட்டிப் பார்க்கப் புடாது. சன்னல்ல உக்காரப்புடாது. செட்டிச்சி இப்பிடிப் பண்ணிக்கப்புடாது. மொறையாப் பண்ணிக்கோணும். இப்பிடி இருக்கோணும். அப்பிடி இருக்கோணும்பாக. எட்டாவதுக்கு மேல படிக்க வைக்கல. சமைஞ்ச வொடனே கல்யாணம் பண்ணிட்டாக. இப்ப உள்ள புள்ளைகளைப் படிக்க வைக்கிறது பரவாயில்லை. வேலைக்குப் போறதுதான் கோளாறு. இப்ப எல்லாம் கைமீறிப் போச்சு. சொல்லக் கேக்க மாட்டேங்குதுக. ஒண்ணும் பண்ண முடியாது ஆச்சி."

"அடிப்பாதரவே... இப்பிடியே போனா செட்டிய வீடே இல்லாமப் போயிருமே.. படிக்க வைக்கிறதுலதான் குத்தத்தைக் கண்டே போ. மனக் கட்டுப்பாடு வேணும். இப்ப என் பேத்தி இருக்கா. நல்லாப் படிச்சா, நல்ல

வேலைக்குப் போனா, கை நெறையச் சம்பாரிக்கிறா. அவ என் சொல்லுக்கு மறுபேச்சுப் பேசுவாளா. என்னக் கேளாமப் பண்ணிக்கவே மாட்டா" எனப் பெருமையாகச் சொல்லிக்கொண்டாலும், பேத்தி என்ன பண்ணப் போறாளோ... கல்யாண விசயத்துல என் சொல்லுக் கேப்பாளா இல்ல, அவ சொல்ல நான் கேக்கோணுமா என்ற நினைப்பில், "முத்துவெள்ளைச் சாத்தையனாரே காப்பாத்து. மாத்தூர் முனீஸ்வரரே காப்பாத்து. எம் பேத்தி எஞ்சொல்லுக் கேக்கோணும்" என மனசுக்குள் வேண்டிக்கொண்டாள்.

அப்பத்தாவும், சோலையக்காளும் வள்ளியாச்சியும் அடுப்படிப் பத்தியில் பேசிய சேதிகளை எல்லாம் கேட்டபடி வளவில் தனது லாப்டாப்பில் அலுவலக வேலையில் ஆழ்ந்திருந்த சிவா புன்முறுவல் பூத்துக் கொண்டாள்.

தேனம்மை லெக்ஷ்மணன்

24

நாளை வைகுண்ட ஏகாதசி. சோகி ஆச்சி இரவில் கண்முழிப்பாக. நாளை முழுவதும் உபவாசமிருந்து அரியக்குடிக்குப் போய்ச் சாமி கும்பிடுவாக. அப்பத்தாவுக்குத் தொணையா பேத்தி சிவாவும் கண் முழிப்பா. பொழுது போகணுமே. டிவி எல்லாம் பார்க்க மாட்டாக.

அப்பத்தாவோட்ட இருக்கும்போது வாட்ஸப் ஃபேஸ்புக் இன்ஸ்டாக்ராம் எல்லாம் பார்க்க மாட்டா பேத்தியும். ஒவ்வொரு நொடியையும் ரெண்டு பேரும் கூட இருந்தே கழிப்பாக. பல்லாங்குழி , தாயம், பரமபதம் எல்லாம் விளையாடுவாக. பரணில் இருந்த அட்டைப் பெட்டியில் இருந்து சோகிகள் இருந்த சீசாவையும் பரமபதக் கட்டத்தையும் முதல் நாளே தூசு தட்டி எடுத்து வைத்தார்கள்.

“அப்பத்தா, இன்னிக்கு ஒரு தரம் விளையாடிப் பார்ப்போமா?” எத்தைத் தண்டி வளர்ந்துட்டா இந்த சிவாக்குட்டி. பொண்ணு வளத்தியோ பீர்க்கை வளத்தியோம்பாக. பேத்தியையே பெருமையாகப் பார்த்தாள் சோகி.

“அடி சிவாக்குட்டி. நாளைக்கு ரவைக்குத்தான் வெளையாடணும்.”

“அப்பிடின்னு ரூல்ஸ் ஏதும் இருக்கா அப்பத்தா. அப்பத்தா ப்ளீஸ் அப்பத்தா ஒரு தரம். ஒரே ஒரு தரம்.” பரமபதக் கட்டத்தில் நாகங்கள் அங்கங்கே வாய் பிளந்திருக்க சோகிகளைக் குலுக்கி மொதல்ல தாயம் போட்டுத் தகைஞ்சிட்டா சோகி. அவளுக்கே அது ஆச்சர்யம்தான்.

சோகி என்ன சொன்னாலும் அவள் குலுக்கிப் போட்ட சோகிகளில் அதுவே விழுந்தது. பேத்தி சிவாகூட விளையாட்டாகக் கேட்டாள். “என்ன அப்பத்தா இது சகுனி மாதிரியே தாயம் போடுறீக. சொன்னது எல்லாமே விழுகுதே.” ‘அட ஆமாம் தான் சொன்னது எல்லாமே விழுந்திருக்குதுதான்’.

யோசித்துக் கொண்டிருந்தாள் சோகி. ‘எப்பவுலேருந்து நான் சகுனியானேன். வாழ்க்கை என்னை வச்சு வெளையாடுனுச்சா. இல்ல நான் வாழ்க்கையை வச்சு வெளையாடினேனா. வாழ்க்கை எல்லாத்தையும் தரத்தான் காத்துக்கினு இருந்திருக்கு. ஒரு வேளை முன்னே எல்லாம் கேக்கத் தெரியாம கெட்டதையே கேட்டுட்டமோ. திரும்ப மொதல்லேருந்து வாழ்க்கையை ஆடிப்பாக்க முடியுமா என்ன. அப்பிடி ஆடிப்பாக்க முடிச்சா எதிலேருந்து கேக்கலாம். பொறப்புலே இருந்தா இல்ல கலியாணத்துலேயிருந்தா.’

‘வாழ்க்கையோட புடிமானம் என்ன, புள்ளையா பேரப்புள்ளையா? அது பேத்தியா இருக்கப்புடாதா. ஏன் இன்னொரு சக உயிராத்தான் இருக்கப்புடாதா, இல்ல சக மனுசராத்தான் இருக்கப்புடாதா.’

“அப்பத்தா ஒரு தாயம் போடுங்க” என சிவா சொல்ல சோகிகளைக் குலுக்கிப் போட்டாள் சோகி. அவள் நினைத்த, கேட்ட தாயம் விழுந்துவிட்டது. அவளது கடைசிக்காயும் பரமபதம் ஏறியது. விளையாட்டில் தான் தோற்றதைப் பற்றிக் கவலைப்படவேயில்லை சிவா.

“குடோஸ் அப்பத்தா” என்று அப்பத்தாவின் கைகளைப் பற்றிக் குலுக்கினாள்.

‘ஐயா இருந்து இதெல்லாம் பார்த்திருந்தா எப்பிடிச் சந்தோஷப்பட்டிருப்பாக. ஐயா நானும் பிள்ளையும் குட்டியுமா பல்கிப் பெருகித்தான் இருக்கேன் ஐயா, என் பேரிட்டுக்குன என் பேத்திக் குட்டி போதும் ஐயா நான் வாழ்ந்ததுக்கு அடையாளமா’ மனசெங்கும் அவுகளுக்கு ஒரே குதூகலம்.

சோகி வாழ்க்கையில் சாதிக்காட்டி என்ன, அதான் அவ பேத்தி எல்லாத்தையும் சாதிச்சுக்கிட்டு வர்றாளே. ஏகாதசிக்கு அன்னைக்குக் காலைல அரியக்குடிபோய் பெருமாளை வரிசையில் நின்னு தரிசனம் பண்ணியபோது சகுனி கரைந்து சங்குச் சக்கரத்தோடு கிருஷ்ணன் தோன்றினான் சோகி மனசில். கூட்டம் எக்கித் தள்ளியது. விரிந்திருந்த சொர்க்கவாசல் இருவரையும் இன்பமாய் அள்ளிக்கொண்டது. வேகமாய்க் கும்பிட்டுவிட்டு ஆசுவாசமாய்ப் பிரகாரம் வந்தாக இரண்டு பேரும்.

“அடி சோகி... ஓம் பேத்தியா?” என கண்ணில் கையை மடித்துவைத்துப் பார்த்து விசாரிச்சாக தூரத்துச் சொந்தக்காரவுகளான தொண்ணூறு வயது பழனியப்ப ஐயா. “ஆமாண்ணே, பெரிய கம்பெனில வேல பார்க்குறா. அடுத்த மாசம் அமெரிக்கா போகப்போறா” என்று வாயெல்லாம் பல்லாகப் புன்னகைத்துப் பெருமையுடன் பேத்தியின் கைப்பிடித்து கொண்டாள் சோகி. “நல்லா யிராத்தா” என சிவாவின் தலையில் கைவைத்து ஆசீர்வதித்து வாழ்த்திவிட்டுச் சென்றார்கள் அவர்கள்.

மூலைக்கருடனுக்குச் செதர்காயை ஓங்கி வீசி உடைத்து விட்டுத் திரும்பிய போது துளசி வித்த கடையில் இரு வயதானவர்கள் பேசிக்கொண்டார்கள், “அந்தாப் போகுதுல்ல வெள்ளைச்சீலைக்கார ஆச்சி அது நம்ம ஆவுடையப்பண்ணன் பேத்திதான். ஆயா வீட்டுல

அம்மான் மகனுக்குத்தான் கட்டுனாக. பொசுப்பு இல்ல அவர் போய்ச் சேந்துட்டாரு."

"அப்ப அது கூடப் போகுதே இந்த எளவட்டப் புள்ள யாரு?"

"சோகி ஆச்சி புள்ள கூட்டிக் கல்யாணம் பண்ணுச்சுன்னாக. அந்த மகனுக்கு ரெண்டு பொண்ணாம். அந்தப் பேத்தியாத்தானிருக்கும்"

"இந்த சோகியாச்சி ரொம்பப் பொல்லாததும்பாகளே?"

"இதுவும் நல்ல ஆச்சிதான். அது வம்புக்கு நாம போகாத வரைக்கும் நம்ம வம்புக்கு அதுவும் வராது."

வழக்கம்போல் சோகிக்குச் செவிகள் நாலா பக்கமும் கேட்டாலும் கேக்காததுபோல் சிவாவின் கையைப் பிடித்தபடி வெளியே வந்தாள்.

சோகி பேசாமல் வந்தாலும் சிவா அதைக் கேட்டுவிட்டுக் கடையருகே சென்றாள், "அதெப்படிச் சொல்வீக, எங்க அப்பத்தாவைப் பொல்லாதவுகன்னு. இப்ப அவுக கேக்காட்டியும் நான் கேப்பேன்ல" என்று சொன்னாள்.

"ஆத்தாத்தோய் அப்பத்தாளுக்குப் பேத்தி தப்பாமப் பொறந்திருக்கு" நா அவுக வீட்டுல சமையல் வேலை பார்த்த கருப்பையாண்ணன் மகன் பழனிதானாத்தா" என்று சிரித்தபடி சொல்ல "என்னப்பா, பழனி கருப்பையாண்ணன் எப்பிடி இருக்காரு?" என்று கேட்டாள் சோகி.

"அப்பா போய் பத்து வருஷம் ஆச்சு ஆச்சி."

"அடடா... பத்து வருசம் ஆச்சா... தாக்கலே தெரியலையேப்பா. உள்ளூர்லதானே இருக்கோம். யாருமே சொல்லி விடலியே. நீ நல்லாயிருக்கியாப்பா?" என்று கேட்டாள் சோகி.

தேனம்மை லெக்ஷ்மணன்

“அய்யா புண்ணியத்துல நாங்கல்லாம் நல்லா யிருக்கோம் ஆச்சி” என்று பழனி சொல்ல ஆமோதிப்பாய்த் தலையாட்டிவிட்டுப் பேத்தியின் தலையைக் கோதிக் கூட்டிச் சென்றாள் சோகி. கோவில் வாசலில் விற்ற அகத்திக்கீரை, நெல்லிக்காய் எல்லாவற்றையும் துவாதசி பாரணைக்காகப் பேரம்பேசி வாங்கிக்கொண்டாள்.

கூட்டம் குறைந்த இடத்தில் நிறுத்தியிருந்த வண்டிக்கருகில் வந்ததும், “சிவா ஒண்ணு சொல்வேன் கேப்பியா” என்றாள் சோகி.

“சொல்லுங்கப்பத்தா” என்றாள் சிவா அப்பத்தா வைத்திருந்த காய்கறிப் பையை வண்டியின் கைப்பிடியில் மாட்டியபடி.

“நல்லாப் படிச்சிருக்கே. நல்லாச் சம்பாதிக்கிறே. புரிஞ்ச புள்ள அப்பத்தாவுக்குப் பெருமை தேடிக் கொடுத்துட்டே. கல்யாணம் பண்ணிக்கும்போதும் அப்பத்தா கிட்ட சொல்லிட்டுப் பண்ணிக்க. ஒனக்கு மனசுக்குப் பிடிச்ச மாங்கல்யம் அமையோணும். ஒத்துமையா வாழோணும்.”

“அப்பத்தா... ஆரம்பிச்சிடீகளா...” செல்லமாகச் சிணுங்கினாள் பேத்தி.

“இல்ல... பெருமா கோயிலுக்கிட்ட நிக்கிறோம். ஒம் மனசுல என்னமும் இருந்தாச் சொல்லு” என்ற சோகி கோபுரத்தைச் சுற்றிய கருடனைப் பார்த்துக் கன்னத்தில் போட்டுக் கொண்டாள்.

“எனக்கு இப்போதைக்குக் கல்யாணம் பண்ணிக்கிற எண்ணம் எல்லாம் இல்லை அப்பத்தா. என் கேரியர்தான் முக்கியம். அப்பிடிப் பண்ணிக்கணும்னு தோணும்போது நிச்சயம் உங்க அனுமதியோட்டதான் பண்ணிக்குவேன் அப்பத்தா. எனக்குப் பிடிச்சத விட அவரை உங்களுக்கும் பிடிச்சிருக்கணும். அதுதான் முக்கியம்” என்ற சிவா வாக்கை உறுதிப்படுத்துபவள் போல அப்பத்தாளின் கையைப் பற்றினாள்.

பேத்தியின் கைபற்றிக் கொண்டு லேசாகக் கலங்கிய கண்களைத் தனது முந்தியால் தூசி துடைப்பது போல் துடைத்துக் கொண்டாள் சோகி. மனம் நிரம்பி இருந்தது. ஜெஸ்ட் வண்டியில் சிவா அப்பத்தாளை ஏற்றிக் கொண்டாள். சோகியும் சிவாவும் ஒருவரோடு ஒருவராய்க் கலந்து போய்க்கொண்டிருக்க சூரியனின் காலை வெளிச்சத்தில் அவர்கள் முன்னே அதி ப்ரகாசமான உலகம் விரிந்து கிடந்தது. வானத்தில் எங்கோ தூரத்தில் இருண்டு மூட்டமாகக் கிடந்தது சோகியின் கண்ணுக்குப் புலப்படத்தான் இல்லை.

தேனம்மை லெக்ஷ்மணன்

25

சிகப்பி ஆச்சியும் அடைக்கம்மையும் போய்ச் சேர்ந்து நாலு வருஷம் ஆச்சு. சிவாவுக்கு வயசு ஏறிக்கினே போகுதே. வர்ற தை வந்தா இருபத்தியஞ்சு ஆயிரும்.

தனக்குப் பதினாறு வயதில் கல்யாணம். இன்னைக்குப் பொம்புளைப் புள்ளைகளுக்கு முப்பது, முப்பத்தியஞ்சு ஆனாலும் அதுகளுக்கும் சேஞ்சுக்குற எண்ணமில்லை. பெத்தவுகளுக்கும் சேஞ்சு வைக்கிற எண்ணம் இல்லை என யோசித்துக் கொண்டிருந்தாக சோகி ஆச்சி. இன்னைக்குப் பொம்பளப் புள்ளைக எல்லாம் கை நெறையச் சம்பாதிக்குதுக அதுனால பெத்தவுக கல்யாணம் பண்ணி வைக்க மாட்டேங்குறாக என்ற முடிவுக்கு வந்தாள்.

நம்மளயும் அப்பிடித்தானே அங்காளி பங்காளி வீட்டுல சொல்லுவாக. ‘வெளிநாட்டுல சம்பாதிக்கிற பேத்தி சம்பாத்தியத்துல இங்கன எல்லாரும் உக்காந்து சாப்பிடுறாக’ன்னு. அடியாத்தி அப்பிடி எல்லாம் சொல்ல வைச்சுக்கலாமா. பேத்தி வேற போற லெக்கில எல்லாம் சிநேகிதக் காரளோட்ட போட்டோ எடுத்து வாட்ஸப்புல அனுப்புறா. அங்கே ஆம்புளப் புள்ளைக பொம்புளைப் புள்ளைக எல்லாம் என்னமோ ஒரே வீடெடுத்து சேர்ந்து இருந்து சமைச்சு உண்கிறாகளாம்.

தாடியையும் மீசையையும் நறுக்கி விதம் விதமா வைச்சிக்கினு ரெண்டு பையன்களும் பேத்தியோட

சேர்த்து ரெண்டு பொண்ணுகளும் ஒரே வீட்டுல இருக்காக. அந்தக் காலத்துல இதெல்லாம் நடக்குமா. இப்பிடியே விட்டா இது எங்க போய் முடியுமோ? அவய்ங்க நெறத்தைப் பார்த்தாலும் ஏதோ பொறசாதி மாதிரித் தெரியுது.

சிவா கலிஃபோர்னியா போய் மாசா மாசம் அனுப்பிய பணத்தில் பெரிய வீட்டை ரிப்பேர் பார்த்துவிட்டு அப்படியே அடுப்படியின் மேங்கோப்பைத் தட்டி விட்டுத் தார்சு போட்டுப் படிவைத்து மாடியில் காய்கறித் தோட்டம் போட்டுத்தந்தார்கள் நல்லப்பனும் செல்லம்மையும். நியூடவுனில் புது வீடு ஒன்றும் கூடத் தங்களுக்காக வாங்கிக் கொண்டார்கள் வாரா வாரம் மாமியாரைப் பார்க்க வந்துவிடுவார்கள். சின்னப் பேத்தி சிகப்பியும் இப்போது நன்கு படித்து விட்டு ஆடிட்டர் ஆகி இருந்தாள். அவளைப் பார்க்கும் போதெல்லாமும் சோகிக்கு இவளுக்கும் சேயிற வயசு வந்திருச்சே என்ற கவலை வந்துவிடும்.

வாரா வாரம் பார்க்க வரும் மகனிடமும் மகமிண்டியிடமும் பேத்திகளின் கல்யாணத்தைப் பத்திப் பிரலாபிக்காமல் இருக்க முடியாது அவளால். அறிஞ்சவுக தெரிஞ்சவுக எல்லாரிடமும் சொல்லி வைத்து அரிய தாக்கல் ஒண்ணை அரியக்குடியிலிருந்து கொண்டு வந்தாள்.

மாப்பிள்ளை நல்ல வெள்ளைச் சிகப்பு. பேர் நடராசன். அவனும் அமெரிக்காவில்தான் படிச்சிட்டு சிவா இருக்குற இடத்தில்தான் வேலை பார்க்கிறானாம். அவுக நல்ல குடும்பம். பரம்பரைப் பணக்காரவுக. ராகு கேது, செவ்வாய் என்று சோசியக் கட்டத்தில் இருக்கும் கிரகங்கள் எல்லாம் பையன்களையும் பெண்களையும் படுத்தி வைக்க பையன் ஜாதகத்துக்குப் பொருத்தமான பெண் கிடைத்தால் போதும் என்று பையனைப் பெற்றவர்கள் அலை மோதிக்கினு இருந்தாக. 'கெரகம்

சனியங்க. ஒக்கார எடமில்லாம எங்க புள்ளைக சாதகத்துல வந்து ஒக்கார்ந்திருக்குதுக' என்று திட்டவும் செய்தார்கள்.

சோகி பண்ணிய புண்ணியத்தில் ஏதும் மிச்சமிருந்துச்சோ என்னமோ அந்தப் பையன் ஜாதகமும் சிவாவின் ஜாதகமும் ரொம்பவே பொருந்திப் போயிருச்சு. அங்கே அமெரிக்காவிலேயே ரெண்டு பேரும் ஒருத்தரை ஒருத்தர் பார்த்துக்கினாக. பிடிச்சுப்போயிருச்சு. அடுத்த ரெண்டு மாசத்துலேயே கல்யாணமும் முடிஞ்சிருச்சு. திருப்பூட்டி முடித்ததும் கும்பிட்டுக் கட்டிக் கொள்ளும்போது சிவா சோகிக்கிட்டச் சொன்னதெல்லாம் ஒண்ணே ஒண்ணுதான், "அப்பத்தா ஒங்களுக்குப் பிடிச்சிருக்குல்ல. அதுதான் முக்கியம்" எனக் கட்டிப் பிடித்துக் காதுக்குள் கிசுகிசுத்துக் கையைப் பற்றி அழுத்தினாள்.

"அடி சிவா ஒனக்கும் பிடிக்கோணும்டி என் செல்லக் குட்டி" விபூதி பூசி முகவாயைப் பிடித்துக் கொஞ்சினார்கள் சோகி ஆச்சி. நாணத்துடன் ஆமோதிப்பாய்த் தலையசைத்தாள் பேத்தி.

நடந்ததெல்லாம் கனவா நனவான்னே தெரியல சோகி ஆச்சிக்கு. அப்பப்பத் தன்னைத் தானே கிள்ளிப் பார்த்துக்கினாக. சந்தோஷ வெளிச்சத்துல ஜெகஜ் ஜோதியா ஜொலிச்சிச்சு வீடு. பேத்தி மாதிரியே பேத்தி ஆம்பிள்ளையானும் சோகிகிட்டப் பிரியமா இருந்தாக. அப்பத்தா அப்பத்தான்னு பக்கத்துல உக்கார்ந்து தன்மையாப் பேசுவாக. சோகி பேசுறத புன்சிரிப்போட செவிமடுத்துக் கேப்பாக. அப்பப்ப சோகியோட செல்ஃபி வேற எடுத்துக்குவாக.

அதாச்சு அவுக ரெண்டு பேரும் அமெரிக்கா போய் ரெண்டு மாசம். தனியா வீடு பார்த்து சமைச்சு உண்ண ஆரம்பிச்சிட்டாக. வேலை நேரம் வேற வேறன்னாலும் ரெண்டு பேரும் நல்லா ஒத்துமையா வீட்டு வேலைகளைப்

பகிர்ந்துக்கினு உண்ணது, சமைச்சது, வேல செஞ்சது, ஊர் சுத்துனதை எல்லாம் எடுத்து சோகிக்குப் போட்டோவாப் போட்டு அனுப்பிக்கினு இருந்தாக. எப்படா அந்த நல்ல சேதியச் சொல்லுவாகன்னு எதிர்பார்த்துக்கிட்டே இருந்தா சோகி.

வாரவுக போறவுககிட்ட எல்லாம் பேத்தி பெருமைதான். 'நான் கிழிச்ச கோட்டைத்தாண்ட மாட்டா எம்பேத்தி. எம்புட்டுப் பெரிய வெளிநாட்டுக்குப் போனாலும் நான் சொன்ன மாப்பிள்ளைக்குத்தான வாக்கப்பட்டா'.

மாடித்தோட்டத்தில் காயும் கனியும் பூவும் விளைந்து மணம் வீசிக்கொண்டிருந்தன. அடுப்படியே குளுகுளுப்பாய் இருந்தது. வளர்பிறையா தேய்பிறையா என்று தெரியாத ஒரு மூன்றாம் பிறை நாளன்று சிவா முழுகாமல் இருப்பதாக சோகிக்கு நல்ல சேதி வந்தது. பேத்தி கறுப்பு நிற கவுன் ஒன்றைப் போட்டிருக்க பின்புறத்தில் இருந்து அவளைப் பொத்தினாற்போல் அணைத்தபடி பேத்தி ஆம்பிள்ளையான் முன்புறம் அவள் வயிற்றின்மேல் இரண்டு கைகளையும் கோர்த்து இதயம்போல் வைச்சிருந்தாக.

பார்க்கப் பார்க்கச் சோகிக்கு அழுகையும் பெருமிதமும் பொத்துக் கொண்டு வந்தது. சோகியும் சிவா மூலம் பூத்துக் குலுங்க ஆரம்பித்துவிட்டாள். வம்சம் வெளங்கப் பேத்தியோ பேரனோ வரப்போகிறார்கள். அவளது வாழ்வே வண்ணமயமாய் மாறிவிட்டது. முகம் பொலிந்து கனிந்துவிட்டது. பொறுமையின் திலகமாய் ஆகிவிட்டாள் சோகி.

தோட்டத்திலிருந்த பலா மரத்திலிருந்து குயிலொன்றின் குரல் இரவு முழுவதும் ஒலித்துக்கொண்டிருந்த்து. சோகி இதெல்லாம் அறியாமல் பல நாட்களுக்குப் பின் ஏன் பல ஆண்டுகளுக்குப் பின் கண்மணிகள்கூட உருளாமல் நிம்மதியாய் ஆழ்ந்த உறக்கத்தில் இருந்தாள்.

26

“என்னத்தா சொல்றே? சோகியாச்சி பேத்திக்கா அப்பிடி.” சோகியாச்சியின் பக்கத்து வீட்டின் முகப்பில் பேசிக்கொண்டிருந்தார்கள் அலமியும் நாச்சாவும்.

“அட ஆமாத்தா அதுக்ககேதான். கல்யாணம் ஆகி அமேரிக்காவுல இருந்துச்சுல்ல. அங்க ஆம்பிள்ளை யானுக்குக் காய்ச்ச வந்திரிச்சாம். டெங்குவோ, கொரோனாவோ இல்லையாம். வேற ஏதோ ஒரு வெசக் காய்ச்சலாம். அதுல அந்தப் பய போய்ச் சேர்ந்துட்டானாம். பலகாரம் மீனியாச்சி சொன்னுச்சு.”

“அடக் கண்றாவியே. அந்தப் புள்ள மாசமா நிக்குதுன்னாகளே?”

“க்கும். நல்லாச் சொன்னேபோ அதுக்குப் புள்ள பொறந்து மூணு மாசமாச்சு. நீ ஓம் மக வீட்டுக்குப் போரிடப் போனதால தெரியல. சோகியாச்சிக்குக் கல்யாணமாகிப் புள்ள குட்டி பொறக்குமுன்னே ஆம்பிள்ளையான் போய்ச் சேர்ந்திட்டாரு. பேத்திக்கோ புள்ளையக் குடுத்துட்டுப் போய்ச் சேர்ந்துட்டாரு இவ ஆம்பிள்ளையான். “

“அப்பத்தாளுக்குத்தான் அப்பிடி. அவ பேரிட்டுக்குன பேத்திக்குமா இப்பிடி... ஒருவேளை பேர் ராசியோ?”

"இருக்கலாம். யார் கண்டா. அப்பத்தா மாதிரியே கெட்டிக்காரக் குட்டிதான். இருந்தும் இதெல்லாம் ஒண்ணும் பண்ண முடியாதுல்ல. எல்லாம் விதி. அந்தக் குடும்பத்தையே சுத்துது. அந்தக் காலத்துல யார் என்ன பாவம் பண்ணாகளோ" இதைக் கேட்டுக்கொண்டே படியேறிய சோகிக்குத் தலையைச் சுற்றியது. பேத்தி மகளுக்கு கசாயம் போட ஆடுதோடாப் பாளையைப் பறிக்க அடுத்த வீட்டுக்கு வந்தவள் திரும்பித் தடுமாறியபடி இறங்கித் தன் வீட்டின் படியில் ஏறினாள்.

பொலிவெல்லாம் மறைந்து அந்த எழுபத்தி இரண்டு வயதில் தொண்ணூறு வயதுக்காரிபோல் இருந்தாள் சோகி. வரண்டு கிடந்த கண்களில் வெப்பமாய்க் கண்ணீர் கசிந்து கொண்டிருந்தது. கொப்பாத்தா, முத்தாத்தா, மெய்யாத்தா, அக்கினியாத்தா இதுதான் நீங்க எனக்குக் கொடுத்த பரிசா. மனசு கேவிக்கொண்டிருந்துச்சு. இதெல்லாம் கேக்கத்தான் இன்னும் நான் உசிரோட்ட இருக்கனா?

பேத்தி என்னன்னவோ இங்கிலீசு மருந்தெல்லாம் குடுக்குறா. இந்தக் கைமருந்து மாதிரி வருமா. என்று எண்ணமிட்டபடி அடுப்படிக்கு மேலே போட்டிருந்த மாடித்தோட்டத்துக்குப் போனாள் சோகி. தண்ணீர் இல்லாமல் வெக்கையில் எல்லாச் செடிகளும் வாடி வரண்டு காய்ஞ்சு போயிருந்தன. அப்பவும் பசுமையாய் இருந்த துளசிச் செடியில் ஒரு கைப்பிடி பறித்து ஆய்ந்து கொண்டிருந்தாள் சோகி.

கீழேயாரோ தோட்டத்தில் பேசும் அரவம். சரோசாவின் குரல்தான். "ஏண்டி சோலை கல்யாணத்துக்கு மின்னாடி இந்தக் குட்டி யாரோ துலுக்கவீட்டுப் பய்யனோட எல்லாம் சுத்திக்கினு இருந்துச்சுல்ல."

"அத ஏங்கா கேக்குற... காலேசுலேருந்து அது ஒரு கிறித்துவ வீட்டுப் பய்யனோடயும் வண்டில எல்லாம்

வந்து எறங்கும். தெற்கு ஊரணிப் பயலுக எல்லாரும் சிநேகிதம்தான். அவய்ங்கள்ல யாரையாச்சும் பண்ணிக்கிறேன்னு சொல்லி சோகி ஆச்சி மூஞ்சீல கரியைப் பூசிரும்னு பார்த்தேன்கா. ஆனா இது வெளி நாட்டுக்குப் போயிட்டு வந்தும் பொட்டுப் போல வீட்டுல பெரியவுக பார்த்தவனையே பண்ணிக்கிருச்சு" என்றாள் சோலை.

"என்ன இருந்தாலும் செட்டிய வீட்டுக் கெட்டி போகுமாடி. இதுக்கெல்லாம் காதலாவது ஊதலாவது. இது இன்னோரு சோகிடி" சரோசா பாராட்டுகிறாளா, திட்டுகிறாளா என்பது புரியவில்லை சோகிக்கு. ஆனால், மனம் மரத்துப் போயிருந்தது.

இவளுக எல்லாம் சொல்லுற மாதிரி இங்கனேயே ஒரு பையனைப் பிடிச்சிருக்குன்னு சொல்லிக் கட்டிக்கினு இருந்தாலும் பேத்தி நல்லா இருந்திருப்பாளோ என்ற எண்ணம் ஏற்பட்டது. 'ஆவுடையப்பன் செட்டியார் பேத்தி, கருப்பஞ்செட்டி மக நானா இப்பிடி எல்லாம் நினைக்கிறேன். புள்ளைக எல்லாம் பின்னாடிப் புள்ளி இல்லாமப் போயிருமே' என்ற விதிர்ப்பும் ஏற்பட்டது சோகிக்கு.

பிரசவ லீவு முடிஞ்சு பேத்தி சிவா அமெரிக்காவுக்குப் புறப்பட வேண்டிய நாளும் நெருங்கிக்கிட்டு இருந்துச்சு. ஒத்தையாளா எப்பிடிக் கைப்பிள்ளையை வைச்சுக்குவாளோ, சின்னவ சிகப்பிக்கும் பெரியவ சிவாவுக்குக் கல்யாணமான உடனேயே கல்யாணமாயி ஆம்பிள்ளையானோட்ட பெங்களூருக்குப் போயிட்டா. இந்தச் சமயம் அவளும் முழுகாம இருந்தா. அவளுக்குப் பிரசவ சமயம் நெருங்கிட்டு இருந்துச்சு. இரட்டைப் புள்ளையா இருக்கும்னு வேற டாக்டரம்மா ஸ்கேன் பண்ணிச் சொல்லிருச்சு.

சிகப்பிக்குப் பிரசவ சமயத்துல நல்லப்பனும் செல்லம்மையும் கூட இருந்தே ஆகணும்னு சொல்லிட்டா. என்னவோ ஒரு பயம் அவளுக்கு. சின்னதிலே இருந்து அவ ஆத்தா அப்பச்சியோட இருந்தவ. இப்ப சிவாவோட புள்ளையப் பார்த்துக்கத் தொணைக்கு யார் அமெரிக்காவுக்குப் போறதுன்னு ஒரே கொழப்பமா இருந்துச்சு.

சிவா அதுக்கும் ஒரு அதிரடி முடிவெடுத்தா. அவுக கம்பெனி பெங்களூர்லயும் இருந்துச்சு. இங்கே இருந்துதான் அமெரிக்காவுக்குத் திறமையானவுகளைத் தேர்ந்தெடுத்து அனுப்பிக்கிட்டு இருந்தாங்க. இப்ப அங்கேயே தனக்கு வேலையை மாத்தித் தரும்படிக் கேட்டிருந்தா சிவா. இந்திய மதிப்புப்படி சம்பளம் கொறைஞ்சு போயிரும். வெளிநாட்டுல கிடைச்ச சலுகை எல்லாம் இங்கே இல்ல. போஸ்ட்கூட அங்கே பார்த்ததைவிட இங்கே கம்மியாத்தான் இருக்கும். எல்லாத்துக்கும் சரி சரின்னு சொல்லி ஒரு வழியா வேலையை மாத்திக்கினா சிவா.

இப்பத்தான் சோகிக்கு மூச்சு வந்தாப்புல இருந்துச்சு. மொதப் பேத்தி சிவாவோட்ட அவ தொணைக்குப் போய் பெங்களூர்ல இருக்கதுன்னும், சின்னப் பேத்திக்குப் போரிட மகனும் மகளும் பெரிய வீட்டுல வந்து இருக்கதுன்னும் முடிவாச்சு.

வீட்டுல சமைக்கிறதுக்கும், மே வேலைக்கும் ஆள் இருந்துச்சு. எலக்ட்ரானிக் சிட்டில பெங்களூருக் குளிர்ல சொட்டர் எல்லாம் போட்டுக்கினு பேத்தி மக பிரியங்காவோட தனது மூணாவது தலைமுறைப் புது வாழ்க்கையை ஆரம்பிச்சா சோகி.

27

நாலு வயசு ஆயிருச்சு பிரியங்காவுக்கு. சோகிப் பாட்டின்னா அந்தப் பச்ச மண்ணுகூட சொன்னதக் கேக்கும். பாட்டின்னா உசிரு. சோகிக்கும் பிரியங்கான்னா வெகு பிரியம். பச்சக் குட்டியா சிவாவே உருவெடுத்து வந்தது போல் இருந்தாள் பிரியங்கா. நாந்தான் ஆத்தாளைப் பார்க்கக் கொடுத்து வைக்காதவ. இந்தப் பச்ச நத்தமும் அப்பச்சியைப் பார்க்கக் கொடுத்து வைக்கலியே என அவ்வப்போது நெனைச்சு ஆத்தாமைப்படுவா.

முப்பது வயதுதான் ஆகியிருந்தது சிவாவுக்கு. சிகப்பிக்கு இரட்டைப் பிள்ளைகள் பிறந்து அவர்களும் பெங்களூருவில் ராஜராஜேஸ்வரி நகரில் தனி வீட்டில் இருந்தார்கள். நல்லப்பனும் செல்லம்மையும் நாளும் பொழுதும் அந்தப் பிள்ளைகளைப் பார்த்துக்கொண்டு அவர்களுடனே இருந்தார்கள்.

சோகிக்குப் பெரியத்தா பேத்தி இந்திராவோட ஆத்தா வீடு அவுகோட்டுப் பழைய வீட்டோட மேங்கோப்பைப் பிரிச்சு வித்து வீட்டைப் பங்கிட்டுக் கொண்டதுனால சோகியின் அடுப்படியில் தங்கிக்கிட்டு இருந்தா. அவதான் அப்பப்ப போன் பேசுவா. ஊர்த் தாக்கல் அத்தனையையும் சொல்லுவா.

“இப்ப நம்மாளுகள்ள வேற கல்யாணம் பெருகிப் போச்சு சோகியாச்சி. அதுனால பெருவாரிப் பேர்

வீட்டுல கலப்புத் திருமணந்தான். கோயில் மாலை வர்றதில்லைல்ல. அதுனால பத்தாவது கோயில்னு ஒண்ணைக் கொண்டாரப் போறாகன்னு பேசிக்கினாக. வேறு எந்த சாதில, மதத்துல யாரைப் பண்ணிக்கினாலும் சரி. பத்தாவது கோயில் புள்ளியா வைச்சு மாலை வந்திருமாம்."

"இதென்னடி கலிகாலமா இருக்கு!" என ஒப்புக்குச் சொன்னாலும் மனதுக்குள் சந்தோசமாக இருந்தது சோகிக்கு. இனி பேத்தி யாரைப் பண்ணிக்கினாலும் அவளுக்கும் கோயில் மாலை வந்திரும். நம்ம புள்ளை புள்ளி ஆகாதே. சமூகம் ஏத்துக்காதேன்னு ஏங்க வேண்டாம்.

மேக்கொண்டும் இந்திரா சொன்னா "இன்னைய லெவலுக்கு பொண்ணுக்கு விவாகரத்து ஆனாலும் சரி, புருசன் இல்லாம விதவையா இருந்தாலும் சரி, புள்ளையோட இருந்தாலும் சரி, பொண்ணுக்கு மறுகல்யாணம், மூணாம் கல்யாணம், பையனுக்கு மொதக் கல்யாணம்ன்னு இருந்தாலும் சரி மொதக் கல்யாணப் பையன்களும் அவுக அப்பச்சி ஆத்தாளுமே ஒத்துக்கிறாக. டைவர்ஸ் ஆன பொண்ணுக கூடக் கிடைக்க மாட்டேங்குது சோகி ஆச்சி."

"காலம் மாறிப் போச்சு. அந்தக் காலத்துல எங்க அப்பத்தாவுக்கு 3 வராகன் கொடுத்துச் சேஞ்சுக்கினாகளாம். இப்பப் பொம்பளைப் புள்ளைகளுக்கு நகை போட்டுக் கல்யாணச் செலவும் பண்ணிக் கட்டிக்கிறேங்குறாக" என்றாள் இந்திரா.

சிவாவின் மாமனார் மாமியாரை நெனைச்சுப் பார்த்தா சோகி. எல்லாரும் நல்ல மனுசாதான். நடராசன் இறந்ததும் சிவாவுக்குப் பட்டம் சுத்தி வெள்ளைச் சீலை எல்லாம் போடக்கூடாது என்று பிடிவாதம் பிடித்தவர் அவளது மாமனார்தான். "அது எள வயசுப் புள்ள.

அதுனால தாலியை எல்லாம் கழட்டிப் பால்ல போடுற சடங்கு எல்லாம் வேண்டாம்" என்று மாமனார் மாமியார் இருவரும் கூறினாலும் சிவா தானாகவே தாலியைக் கழட்டி லாக்கரில் வைத்து விட்டாள். சின்னதாக ஒரு சங்கிலி மட்டும் போட்டுக்கினு புள்ளி மாதிரி ஒரு பொட்டை வைச்சிக்கினு ஆஃபீசுக்குப் போய் வந்தா.

ஒரு நாள் சிவா தன்னுடன் வேலை பார்க்கிறதாச் சொல்லி ஒருத்தரை வீட்டுக்குக் கூட்டிக்கிட்டு வந்து அறிமுகம் செஞ்சு வைச்சா. "அப்பத்தா. இவுக எங்க மாமியாருக்குத் தூரத்துச் சொந்தம். நட்ராஜுக்குப் பெரியாயா பேரன்தான். பேரு சொக்கலிங்கம். எங்க ஆஃபீசுலதான் வேற ப்ராஜெக்ட்ல வேலை பார்க்குறாக. இன்னிக்குத்தான் தெரிஞ்சிது. இவுக நட்ராஜுக்கு அண்ணன்னு."

நல்ல உயரமாக ஈடுதாடாக நடராசனைப் போலவே இருந்தான் சொக்கலிங்கம். மாநிறம், ஏறு நெற்றி, குறைவான முடி, கண்ணாடி அணிந்திருந்தான். "அப்பத்தா நல்லா இருக்கீகளா. நடராசன் கல்யாணத்துல பார்த்தது. அஞ்சு வருஷம் ஆச்சு. எங்களுக்குத்தான் கொடுத்து வைக்கலை" என வருத்தப்பட்டான்.

"ஒனக்குக் கல்யாணம் ஆயிருச்சா அப்பச்சி."

"இல்ல அப்பத்தா. அப்ப அமெரிக்கா போற ப்ராஜெக்ட்ல வேலை பார்த்துக்கிட்டு இருந்ததால வந்த தாக்கலப் பூரா வேண்டாம் வேண்டாம்னே சொல்லிக்கினு இருந்தேன். இப்ப எனக்கு முப்பத்தி ஐஞ்சு வயசு ஆச்சு" என்றபடி சிரித்தான்.

"நீங்க என்ன கோயில் அப்பச்சி?" என சந்தடி சாக்கில் விசாரித்து அவன் தங்கள் கோயில் இல்லை என்பதையும் ஒச்சம் ஏதும் இல்லை என்பதையும் உறுதி செஞ்சுக்கினா சோகி. சோகியின் சொக்கு என்பதைப் போல சிவாவின் சொக்கு என மனதுக்குள் சொல்லிப் பார்த்துக் கொண்டாள். இந்தத் திருமணம் நடக்குமா?

சோகி சிவா

அவள் ஆசை நிறைவேறும் வண்ணம் பழம் நழுவிப் பாலில் விழுந்தது போல் ஒரு நிகழ்ச்சி சீக்கிரமே நடந்தது.

சொக்கலிங்கம் தன்னுடன் ஒரே அலுவலகத்தில் வேலை செய்வதை மாமனார் மாமியாரிடம் சிவா போனில் சொன்னதும் அவர்கள் உடனே பெங்களூருக்குப் புறப்பட்டு வந்தார்கள்.

பிரியங்காவை ப்ளே ஸ்கூலுக்குக் கொண்டுவிட்டு வந்து சிவா ஆஃபீசுக்குப் புறப்பட்டுப் போனதும் "ஆச்சி ஒங்ககிட்ட ஒரு தாக்கச் சொல்லோணும்" என்றார்கள் சிவாவின் மாமனாரும் மாமியாரும்.

"சொக்கலிங்கம் ரொம்ப நல்லவன் எங்க பெரியத்தா பேரன்தான். சின்னத்துல நடராசனும் இவனும் லீவுக்கு வந்தா ஒண்ணாவேத் திரிவாய்ங்க. அவன் ஆச்சி ஜெயாவுக்குக் கல்யாணம் ஆகி ஒரு குழந்தை பொறந்து எறந்து போச்சு. அதுனால அவ பட்ட கஷ்டம் கொஞ்சம் நஞ்சமில்ல. அப்புறமும் அவள மாமியார் வீட்டுல கூட்டிக்கிறாம இருந்து டைவர்ஸ் அப்ளை செய்துட்டாக. சொமந்து பெத்த பிள்ளையும் போய் டைவர்ஸும் ஆனதுனால மனசாலயும் ஒடம்பாலயும் ரொம்ப முடியாம இருந்து அவளும் எறந்து போனா. அவ பட்ட துன்பத்தை எல்லாம் பக்கத்துல இருந்து பார்த்துக்கினுதான் இருந்தான் சொக்கு. அதுனால இதுபோல் வாழ்க்கையை நடுவுல இழந்துட்டு நிக்கிற பொண்ணுக்குத்தான் நான் தாலி கட்டுவேன்னு சொல்லிட்டானாம் பையன். என்னோட ஒண்ணுவிட்ட பெரியத்தா மக, எனக்கு ஆச்சி வள்ளி, சொக்கலிங்கத்தோட ஆத்தா இதச் சொல்லிச் சொல்லிச் சங்கடப்பட்டா."

"இப்ப ஒரு விசயம் சொன்னா பெரியவுக நீங்க சங்கடப்படக்கூடாது."

"இல்ல சும்மாச் சொல்லுங்க" என்றாள் சோகி.

"எங்களுக்கு வருத்தம்தான். கொடுத்து வைக்கல. மகன் காய்ச்சல்ல போயிட்டான். ஆனா சிவாவுக்கு வயசிருக்கே.

பேத்தி வேற சின்னக் குட்டி. சொக்கலிங்கத்துக்கு இப்பிடி ஒரு கொள்கை இருக்குறதால சிவாவோட சம்மதத்தோட அவனுக்குக் கல்யாணம் பண்ணி வைச்சா என்ன. நாளைப் பின்ன எங்க பேத்திக்கும் சிவாவுக்கும் ரொம்பப் பாதுகாப்பா இருக்கும். என்னன்னு யோசிச்சுச் சொல்லுங்க. இது உங்க சம்மதத்தோடயும் சிவா சம்மதத்தோடயும்தான் இந்தக் கல்யாணம் நடக்கணும். இஞ்ச வரமின்னாடி சிவா ஆத்தா அப்பச்சிகிட்டயும் சொக்கு அப்பச்சி ஆத்தாகிட்டயும் முன்னாடியே சம்மதம் வாங்கிட்டுத்தான் உங்ககிட்டக் கேக்குறோம்."

பங்குவீட்டில் தனக்கு என்னென்ன கொடுமைகள் எல்லாம் நிகழ்ந்துச்சு. ஊர் எல்லாம் எப்பிடிப் பேசிச்சு. பேத்தி வேற வேலைக்குப் போறா. இங்கே ஊர் எதுவும் பேசாட்டியும் பேத்தி உணர்வும் உணர்ச்சிகளும் உள்ள சின்னப்புள்ளைதானே. இதை எல்லாம் எப்பிடிச் சமாளிப்பா. இன்னும் முழுக்கு நிக்கக்கூட இருபது வருசமிருக்கே என்று வருந்திக் கொண்டிருந்த சோகிக்குக் காதில் தேனாறும் பாலாறும் பாஞ்சது போலிருந்தது.

வயசில் ரொம்ப மூத்தவளானாலும் நடராசனின் அப்பச்சி ஆத்தாவை நிக்கவைச்சு விழுந்து கும்பிடணும்போலத் தோணுச்சு சோகிக்கு. "நல்லாருங்க அப்பச்சி, நல்லா இரு ஆத்தா. ஒங்க பெரிய மனசுக்கு சிவா கொடுத்து வைச்சிருக்கோணும். நாங்களும் கொடுத்து வைச்சிருக்கோம். எதுக்கும் சிவா, சொக்கு ரெண்டு பேர்டயும் கேட்டுட்டு முடிவெடுப்போம்" என்றாள்.

28

"அப்பச்சி பொண்ணு கெடைக்காததாலப் பண்ணிக்கிறீயளா?"

"இல்ல அப்பத்தா. பிடிச்சுத்தான் பண்ணிக்கிறேன்."

"சிவா அன்பானவ. நேர்மையானவ. மனசுக்குத் தோணுனத நேர்லயே சொல்லிருவா. எப்பிடி அவகிட்டப் பேசுறதுன்னுதான் தயக்கமா இருக்கு. நான் அவகிட்டப் பேசிக் கேக்குறதுக்குப் பதிலா சேர்ந்து வாழப் போற நீங்களே நேர்ல பார்த்துப் பேசிக் கேட்டு அவ சம்மதத்தை வாங்கிட்டா நல்லா இருக்கும்."

"அப்புறம் அப்பச்சி! எந்தக் காலத்துலயும் எம் பேத்தியை ஒருசொல்லுக்கூடச் சொல்லிக் காட்ட மாட்டேன்னு சத்தியம் பண்ணுங்க" என்று கையை நீட்டினாள் சோகி.

"என்னப்பத்தா இப்பிடிக் கேட்டுட்டீக. சத்தியமா அவள எந்தவிதத்திலும் வருத்தப்பட வைக்கமாட்டேன். அவளுக்கு இந்தத் திருமணம் நிம்மதியைக் கொடுக்கும்னு நினைக்கிறன். அவகிட்டயும் தகுந்த நேரம் பார்த்துக் கேட்டுட்டுச் சொல்றேன்" என்று வாஞ்சாலையாய்க் கையைப் பிடித்துக் கொண்டான் சொக்கு.

"என்கிட்ட பிரியங்காவைக் கொடுத்திருங்களேன். நானே வளர்த்துக்குறேன். நாளப்பின்ன ஓங்களுக்கும்

தேனம்மை லெகூஷ்மணன்

புள்ள குட்டின்னு ஆயிட்டா இதுமேல உள்ள பிரியம் கொறைஞ்சிரும். புள்ள ஏங்கிப் போயிரும்.”

“அப்பிடி எல்லாம் நடக்காது அப்பத்தா. அவதான் எங்களுக்கு மொதப் பிள்ளை. அதுக்குப் பின்னாடித்தான் எங்களுக்குப் பொறக்கப் போற பிள்ளைகள். சிவாவுக்கு இந்த விஷயத்துல மனசு ஒத்துக்கிட்டாத்தான் பிள்ளையே பெத்துக்குவோம்.”

‘ஆத்தாடியோ எம்புட்டுப் பெரிய மனசு. இவுகளுக் கெல்லாம். மருமகளுக்கு ஒரு வாழ்வு வேணும்னு நினைக்கும் மாமனார் மாமியார். மனைவியானாலும் அவள் சம்மதத்துடன்தான் பிள்ளை பெத்துக்குவேன்னு சொல்லும் சொக்கலிங்கம். நெசமாவே சோகியும் சிவாவும் கொடுத்து வைத்தவர்கள்தான்.’ நினைத்து நினைத்து சோகிக்குப் புளகாங்கிதமாக இருந்தது.

‘எம்பேத்தி வாழ்க்கைல ஜெயிச்சிட்டா’ என்று ஊருக்கு வந்து ஓரக்க கத்தோணும் போல இருந்துச்சு. ஆவுடையப்ப ஐயாவிடமும் அரியக்குடி நாதனிடமும் மனமுருகிப் பேசினா “ஐயா எம் பேத்தியும் சிவகாமிதான். நீங்க நினைச்சபடி தாயம் மாதிரித் தகைஞ்சுட்டா. சொக்குவோட பரமபதம் போறவரைக்கும் எந்தப் பாம்பும் கடிக்காம ஒரே ஏணிப்படியாவே இருக்கோணும். அவுக இன்பமா வாழோணும். உங்க அருளாசி எல்லாம் வேணும். அரியக்குடி திருவேங்கடநாதா இவுக ரெண்டு பேத்தையும் சேத்து வை. மூலக் கருடனுக்கு நூத்திஎட்டுச் செதர்தேங்காய் ஒடைக்கிறேன்.”

ராஜராஜேஸ்வரி கோயிலைச் சுற்றிக் கொண்டிருந் தார்கள், சொக்குவின் குடும்பத்தினரும் சிவாவின் குடும்பத்தினரும். ஓரிடத்தில் அனைவரும் அமர்ந்துவிட சிவாவும் சொக்குவும் மட்டும் பேசிக்கொண்டே இன்னொரு சுற்று வந்தார்கள். “மம்மி.. மம்மி” என்று பின்னேயே பிரியங்கா ஓடி வந்தது.

வாரி அணைத்துக்கொண்டான் சொக்கு. அடிக்கடி வீட்டுக்கு வருவதாலும் அவளை மடியில் அமரவைத்துக் கதைகள் சொல்வதாலும் சொக்குவின் தோளில் ஒய்யாரமாகச் சாய்ந்து கொண்டது பிரியங்கா. சற்று முன்னே சென்ற சிவா இவர்கள் இருவரையும் திரும்பிப் பார்த்தாள்.

ஏகப்பட்ட எலுமிச்சைகளைப் பிழிந்து விளக்கேற்றிக் கொண்டிருந்தார்கள் பெண்கள். "இப்பிடி எந்த எலுமிச்சை விளக்கையும் ஏத்தாமலே என் வாழ்க்கையை ஒளியேத்த ரெண்டு திருவிளக்குக் கெடைச்சிருக்கு" மனம் ஒரு கணம் நெகிழச் சொக்குவை நிமிர்ந்து பார்த்தாள் சிவா. வரிசைப் பல் தெரியச் சிரித்தான் சொக்கு.

"அடுத்த முறை நீயும் நானும் பாப்பாவுமா வந்து இங்கே விளக்கேத்தலாம் சிவா. பெரியவங்க செய்ற நல்ல ஏற்பாடு இந்தக் கல்யாணம். உனக்கு நான் துணைன்னு சேர்த்து வைக்கிறாங்க. எனக்கு நீயும் பிரியங்காவும்தான் பலம்னு நான் நினைக்கிறேன்."

சிவாவுக்கு என்ன சொல்வதென்று தெரியவில்லை. மனம் பல்வேறு நிலைகளில் தத்தளித்துக்கொண்டிருந்தது. இதுவரை வாழ்ந்த வாழ்க்கையின் சாட்சியாக பிரிய மகள் பிரியங்கா. இவளை இதே போல் பார்த்துக்கொள்ள முடியுமா?

சொக்கு நல்ல மனிதர்தான். அருமையான துணைதான். ஆனால் பிரியங்கா முக்கியமாயிற்றே. அவள் மனசைப் புரிந்தது போல் சொக்கு சொன்னான். "நீ நான் பிரியங்கா இந்த மூன்று விளக்கே போதும், நம் வாழ்க்கை ஜொலிக்க. நீ விரும்பினா மட்டும்தான் நாம அடுத்து விளக்கெல்லாம் ஏத்துவோம். இது உறுதி." சொக்கு லேசாகக் கை நீட்ட ஆதுரத்துடன் பிடித்துக் கொண்டாள் சிவா. கண்கள் கசிந்துகொண்டிருந்தன. மூக்கை உறிஞ்சி மகள்

அறியாமல் வேறுபக்கம் பார்த்துக் கண்ணீரைச் சுண்டிக் கொண்டாள்.

தூரத்தில் அமர்ந்திருந்த சோகி இவர்களைப் பரிதவிப்புடன் பார்த்துக்கொண்டிருந்தாள். "அம்மா வெளக்கு ஏத்துவோம்... வெளக்கு ஏத்துவோம்" என்று சொக்குவின் தோளில் இருந்து சிவாவைப் பிடித்து இழுத்தது பிரியங்கா. அதன் கண்ணில் அங்கே எரிந்த விளக்குகள் அனைத்தும் ஒளிர்ந்துகொண்டிருந்தன.

"வைக்கலாம்டா கண்ணு. நெக்ஸ்ட் டைம் வைப்போம். நெறைய வெளக்கு வைப்போம்" என்று வெட்கத்தோடு சிவா கூற, சொக்குவின் கையிலிருந்து தவ்விக் குதித்து இறங்கிய பிரியங்கா, அமர்ந்திருந்தவர்களின் பக்கம் ஓடிப்போய் சோகிப் பாட்டியின் தோளைப் பிடித்து அணைத்தது.

"அம்மா இங்கே வெளக்கு ஏத்தப் போறா" என்று குதித்துக்கொண்டே சொல்லியது. கேட்ட சோகிக்கும் மற்றவர்களுக்கும் அவள் திருமணத்திற்குச் சம்மதித்து விட்டாள் என்ற உற்சாகம் பெருகியது. அன்பான உறவினர்கள் முன்னிலையில் சிவகாமி சொக்கலிங்கம் திரும்ப ஜோடி சேர்ந்தார்கள். அவர்கள் வாழ்வில் அதன்பின் பிரிவு என்பதே இல்லை.

வட்டார வழக்கு பொருள் அகராதி

1

பத்தி - வளவு, முகப்பு ஆகியவற்றில் புழங்கும் பகுதி.

பஞ்சாட்சரம் - சிவனின் ஐந்தெழுத்து மந்திரம், நமச்சிவாய

உபதேசம் - சிவகோத்திரத்தைச் சேர்ந்த நகரத்தார் இன மக்கள் துலாவூர், பாதரக்குடி ஆகிய மடங்களில் தங்கள் குருக்களிடம் சிவதீட்சை பெற்று உபதேசம் பெறுவார்கள். இதில் ஆண்கள் பாதரக்குடியிலும் பெண்கள் துலாவூரிலும் சமய தீட்சை பெறுவார்கள்.

வேடுகட்டி - ஜாடி, கண்ணாடி சீசா போன்றவற்றில் வாய்ப்பகுதியைத் துணியால் மூடிக் கட்டுதல்.

பெரியப்பச்சி மகமிண்டி - பெரியப்பாவின் மருமகள்

ஒடைகஞ்சி - அரிசியை உடைத்து வைத்த கஞ்சி

பாயிவரப்பாய்ங்களா - பாவி வரப்பான் என்ற வசை மொழி

பட்டுக்கிடப்பாய்ங்களா - பட்டுக் கிடப்பான் என்று வசைமொழிதான் ஆனாலும் பட்டில் கிடக்க வேண்டும் என வாழ்த்தாகவும் அமையும்

ஆக்கி அவிச்சமணியம் - எப்போதும் உணவைத் தயாரித்துக்கொண்டே இருத்தல்.

உண்ணுக்கினே - சாப்பிட்டுக்கொண்டே

மோர்மான் ஜாடி - அந்தக் காலத்தில் இங்கிலாந்தில் இருந்து கொண்டு வரப்பட்ட ஜாடி வகையறா.

ஊறுகாயைக் கெடாமல் பத்திரப்படுத்தப் பயன்படுவது.

சீசா - கண்ணாடி பாட்டில்

மலயா - மலேஷியா

அரசாளுவைகளா – திட்டுவதுதான். ஆனால் அரசை ஆளுவீர்கள் என்று வாழ்த்தாகத் திட்டுவது.

ஓவியம் என்ன - அருமை பெருமை

2

சம்பாப்பாவாடை - சாதத்தால் கடவுளுக்கு வேண்டுதல் செய்தல். சாதம், ஜிலேபி, காய்கனி போன்றவற்றால் இறைவன் திருவுருவை அலங்கரித்தல்.

காரைக்குடியார் மடத்துக் கட்டளை - வேத பாடசாலை, மடம் போன்றவற்றிற்கு வயல், கோசாலை போன்றவற்றிலிருந்து வருமானம் வரும்படி ட்ரஸ்ட் அமைத்து அதன் மூலம் கோவில் திருவிழா, மண்டகப் படிகளில் பங்களிப்பார்கள்.

சிகண்டி பூரணம் - பல மணிகள் சேர்ந்து ஒலிக்கும் வித்யாசமான மணி ஓசை

பிரதக்ஷிண, அப்பிரதக்ஷிண உலா - பிரதோஷ காலத்தில் ஈசனை நந்தியிலிருந்து சண்டீசர் வரை வலம் வரும் ஈசனின் ரிஷப வாகனத்தோடு மும்முறை சென்று வரும் உலா.

ப்ளஷர் கார் - காரை அந்தக் காலத்தில் ப்ளஷர் கார் (மகிழுந்து) என்று சொல்வார்கள்.

வலியன் குருவி - இது இடமிருந்து வலமாகப் பறந்தால் தீமை என்பார்கள்.

3

பொக்குன்னு - சீக்கிரமாக

பனிக்கொடம் - கர்ப்பப் பையில் குழந்தையைச் சுற்றி அமைந்திருக்கும் நீர்ச்சத்து

ஆத்தா சிவகாமி - பெண்குழந்தைகளைத் தாய் என்ற அர்த்தத்தில் ஆத்தா என்று பிரியத்துடன் விளிப்பது வழக்கம்.

4

ஐயாக்க வீட்டுப் பங்காளிக - பங்காளிகளில் கூடிக்கிற பங்காளிகள், ஐயாக்க வீட்டுப் பங்காளிகள் என்று பிரிவு உண்டு. ஒரே ஐயாவுக்குப் பிறந்த பேரப்பிள்ளைகள், கொள்ளுப் பேரப்பிள்ளைகளின் வாரிசுகளை ஐயாக்க வீட்டுப் பங்காளிகள் என்பார்கல்.

சிவபதவி - இறைவன் அடி சேர்தல், இறப்புக்குப் பின் சிவனின் திருவடியை அடைதல்,

சனிச்சா - கருவில் உருவானாள்.

ட்ரங்கால் - முன்பே பதிவு செய்து பேசும் தொலைபேசி அழைப்பு.

இந்தக் கணக்கு - ஒரு கணக்கு என்பது ஓராண்டு முதல் ஐந்தாண்டுகள் வரை நீடிக்கும். அயலுக்குக் கொண்டு விக்கப் போகும் ஆண்மக்கள் ஒரு கணக்கு முடித்து அடுத்த கணக்கை அங்கே யாரிடமாவது ஒப்படைத்துத் திரும்புவார்கள்.

பொட்டியடி - வெளிநாட்டில் கொண்டு விக்கப் போகும் மக்கள் கிட்டங்கிகளில் கூட்டாகப் பொட்டியடி வைத்து வட்டிக்குக் கொடுத்து வாங்குவார்கள். ஒவ்வொரு பொட்டியடிக்கும் மேலாள், அடுத்தாள், எடுபிடிப் பையன், சமையற்காரரர்கள் ஆகியோர் பணிபுரிவார்கள்.

மேப்பாத்துக்க - கணக்கு வரவு செலவை மேற்பாத்தல்.

முட்டாய்த்தட்டு - குழந்தை பிறந்தால், பெண் சமைந்தால் மிட்டாய்த்தட்டு வைத்து உறவினர்களை அழைப்பார்கள்.

சுண்டைக்காய் சூப்பு - சுண்டைக்காயில் செய்யப்படும் சுவையான சூப்.

பட்டாலை - செட்டி நாட்டு இல்லங்களில் ஆண்கள் அமரும் பகுதி. முகப்புக்கு அடுத்துப் பட்டாலை

அமையும். இங்கே பெட்டியடி, சாய்வு மேசை, திண்டு, குறிச்சி ஆகியன இருக்கும்.

கெட்டிக்குழம்பு - சாம்பாருக்கும் இளங்குழம்புக்கும் முன்பு பருப்பு/தேங்காய்/மசாலை அதிகம் போட்டு செய்யப்பட்ட கெட்டிக் குழம்பு என்ற ஒரு குழம்பு செட்டி நாட்டு விருந்துகளில் பரிமாறப்படும்.

கருவாட்டுப் பொரியல் - வாழைக்காயை எண்ணெயில் கருவாடு போல வறுத்துச் செய்யப்படும் பொரியல்.

பிசினரிசி - ஜவ்வரிசி

நத்தம் - ரத்தம்

சங்கூதும் இடம் - அக்காலத்தில் ஆலைகள் இருக்கும் இடங்களில் சங்கூதுவது உண்டு. அதேபோல் சில ஊர்களில் நகர சபையே சங்கூதும் இடம் அமைத்து, காலையிலும் மதியத்திலும் சங்கொலிக்கச் செய்வார்கள்.

ஆல்வீடு - வளவுக்கும் இரண்டாம்கட்டுக்கும் இடைப் பட்ட பகுதி. குளிர்காலங்களில் இங்கே கிச்சென்று இருப்பதால் அனைவரும் இங்கே உறங்குவார்கள். குழந்தை பெற்றவர்கள் இருக்கும் இடம் இது.

அமர்த்துதல் - கைக்குழந்தைக்குப் பால் கொடுத்தல். (பசியை அமர்த்துதல்)

5

ஆஸ்டின் கார் - அந்தக் கால கார் வகைகளில் ஒன்று.

வக்கூடை - மூடி போட்ட பிரம்புக் கூடை

வெளையாட்டுப் பொட்டி வேவு - குழந்தை பிறந்தவுடன் ஆயா வீட்டார் இறக்குவது. இதில் குழந்தைக்குத் தேவையான அனைத்துப் பொருட்களையும் தங்கம் வெள்ளியிலிருந்து உடை வரை ஆயாவீட்டார் சீராகக் கொடுப்பார்கள். இதற்கு ஆயா வீட்டுப் பங்காளிகளுக்கும் உறவினர்களுக்கும் அப்பத்தா வீட்டில் வடிப்பார்கள். (விருந்து வைப்பார்கள்)

சிட்டிக - குழந்தைக்கான விளையாட்டுச் சாமான்கள்.

நடவண்டி - குழந்தைகளை நடக்க வைக்க இப்போது வாக்கர் போல அந்தக் காலத்தில் பயன்பட்ட மரத்தால் ஆன நடை வண்டி.

வெள்ளித் தொட்டி - குழந்தைகளைப் படுக்க வைக்கப் பயன்படுத்திய உயரத் தொட்டில். வெள்ளியால் கைப்பிடி, கம்பிகள் பலகைகள் பிடித்திருப்பார்கள்.

பூச்சரம் - வைர நெக்லஸ். பூச்சரம், கண்டசரம், மங்கலச்சரம் என்று பலவகை உண்டு. பூச்சரம் என்றால் குறைந்த அளவு வைரங்கள் பதித்த நெக்லஸ். குழந்தை களுக்கும் செய்து போடுவார்கள்.

6

சாமி வீடு - சாமி படங்கள் வைக்கப்பட்ட பூஜை அறை.

மூன்று கட்டு - முதல் கட்டு, இரண்டாம் கட்டு, மூன்றாம் கட்டு என மூன்று கட்டுகள் கொண்டதாக அமைந்திருக்கும் நகரத்தார் இல்லங்கள்.

மக பொறந்திருக்காளே - குழந்தை பிறந்ததும் வீட்டிற்கு வருபவர்கள் விசாரிப்பார்கள்.

பெட்டகம் - இரும்புப் பெட்டகம். வீட்டின் முக்கிய தஸ்தாவேஜுகள், பாண்டுகள், பங்குப் பத்திரங்கள், தங்கம், வெள்ளி, வைரம் ஆகியவை வைக்கப் பயன்பட்ட அந்தக்கால லாக்கர். இதை நான்கு பேர் சேர்ந்தாலும் தூக்க முடியாத அளவு கனமாக இருக்கும்.

முட்டாய் ரொட்டி - சாக்லெட், பிஸ்கட்.

பொட்டியைப் பிரித்தல் - அந்தக்காலங்களில் சுமார் 40, 50 ஆண்டுகளுக்கு முன்பு கொண்டு விக்கப் போனவர்கள் வீட்டிற்குத் திரும்பியவுடன் கொண்டு வரும் பெட்டிகளை உறவினர்கள் முன்னிலையில் திறந்து அனைவருக்கும் அதில் உள்ள பொருட்களைப் பகிர்ந்தளிப்பார்கள்.

அமக்கு - நமக்கு.

பிள்ளைக் காப்பு - குழந்தைக்கு போடு வளையல்

தேனம்மை லெசூஷ்மணன்

ஜிலேபிக் காப்பு - ஜிலேபி போன்ற முறுக்கு டிசைனில் இருபக்கமும் இணையாமல் இருக்கும். கங்கணம் போல குழந்தை கைக்கு ஏற்றாற்போல அட்ஜஸ்ட் செய்து போடும் வளையல்.

மிட்டாய் ஸ்டாண்டு - குழந்தை பிறந்தவுடன் வீட்டிற்கு வருபவர்களுக்கு மிட்டாய் வைக்கும் கப் போன்ற 4 அல்லது 6 தொன்னைகள் அடங்கிய வெள்ளி ஸ்டாண்டு.

பொட்டு ஸ்டாண்டு - குழந்தை பிறந்தது கேட்க வருபவர்கள் முதலில் இந்த பொட்டு ஸ்டாண்டில் இருக்கும் கண்ணாடியில் பார்த்து அதில் இருக்கும் சந்தனம் கலர் குங்குமங்களை இட்டுக் கொள்வார்கள்.

கம்போஸா தாம்பாளம் - அர்ச்சனைத் தட்டாகவும் பயன்படும் வெள்ளித் தாம்பாளம். இதில் நகைகளைப் பரப்பிக் காண்பிப்பார்கள்.

செட்டு சமையக்காரவுக - ஒரு மேஸ்திரி/சமையல் கலைஞரின் தலைமையில் இயங்கும் சமையற்காரர்களுக்குச் செட்டு சமையக்காரர்கள் என்று பெயர்.

சோறுண்ணதும் - மதிய உணவு உட்கொண்டதும்.

வேவுப் பலகாரம் - விளையாட்டுப் பொட்டி வேவுக்குச் செய்யப்பட்ட பலகாரங்கள்.

அடியாத்தி - அளவுக்கதிமான வருத்தத்தில் கூறப்படும் வார்த்தை.

தாக்கல் - நல்ல அல்லது கெட்ட செய்தி.

7

எறையாமப் பேசு - சத்தம் போடாமல் பேசு

வறளி - கொடுக்க மனமில்லாதவர், வரட்சியான காய்ந்த மனநிலை. கஞ்சம்

குலதெய்வக் கோவிலில் கொண்டு சேர்த்தல் - சமைந்த காலத்தில் ஒரு பெண்ணை முனி அடித்திருந்தால் இறந்தபின் வீட்டில் அவர்க்குப் படைக்க முடியாது. எனவே குல தெய்வக் கோவிலில் வேளாரிடம் அவரின்

பேர் சொல்லிக் கருவறையில் ஆணியடித்துச் சாமியுடன் சேர்த்துவிடுவார்கள்.

ஓய்யக் கொண்டா வீடு - செட்டி நாட்டில் இருக்கும் ஒவ்வொரு வீட்டுக்கும் பேர் உண்டு. இதுவும் ஒரு வீட்டின் பெயர்.

கெம்புக்கல்லு செட்டு - சிவப்புக் கல் பதித்த நகைகள்.

ஜோடித் தோடு, ஜோடிக்காப்பு - இரண்டு தோடு , இரண்டு வளையல்.

அட்டிய - அட்டியல் - நெக்லஸ்.

வைரத்துல ரெட்டை வரிசைக் காப்பு - இரட்டை வரிசைக் காப்பு என்பது ஒரு காப்பே இரண்டு காப்புகளுக்குச் சமம். இரண்டு வரிசை நிறைய வைரம் பதித்தது. காப்பு என்றால் வளையல்.

வேவுக்கடகான் - வேவு இறக்கும் கடகம் , வெள்ளியில் செய்த கூடை, கொட்டான் போன்று டிசைன் செய்யப்பட்ட பாத்திரம்.

காசாணி அண்டா - மழைக்காலத்தில் தண்ணீர் பிடித்து வைக்கப் பயன்படும் மிகப் பெரிய அண்டா., இதில் நெல்லும் அவிப்பார்கள். செம்பில் இருக்கும்.

சருவச் சட்டி - சாதாரணச் சட்டிகளையும் உயரச் சட்டிகளையும் சருவச் சட்டி என்பார்கள். தண்ணீர் வைப்பதையும் சருவச் சட்டி என்பார்கள்.

சாமான் பரப்புதல் - திருமணம், குழந்தை பிறந்தால், பெண் சமைந்தால் மாப்பிள்ளை வீடு, பெண் வீடு, ஆயா வீட்டார், இங்கே சாமான் பரப்புதல் மரபு.

கெண்டாங்கிச் சேலை - பட்டுச் சேலை. கெட்டிச் சரிகைக் கரை போட்ட காஞ்சிபுரம் பட்டுச்சேலை..

மகாப் பூடம் - ரொம்பப் பொல்லாதது.

சமைஞ்சிருச்சு - பெரியபெண் ஆதல், புஷ்பவதியாதல். பருவத்தை எட்டுதல்.

ஆத்தாத்தோய் - பெண்ணை/மகளை/பேத்தியைப் பார்த்து வியப்பாய் விளித்தல்.

சித்ராங்கி - ஒரு வேலையைச் சித்திரம்போலச் செம்மையாகச் செய்யும் பெண், சித்திரம் போல அழகான பெண்.

சீமைச் சமத்தி - கெட்டிக்காரி.

கிட்டங்கிக்காரர்கள் - வட்டிக்கடைக் கிட்டங்கியில் பணிபுரிபவர்கள், அதன் உரிமையாளர்கள்

மலயா - மலேஷியா

கடிதாசி - கடிதம்

வட்டகை - வட்டாரம், குறிப்பிட்ட பகுதி (மேல வட்டகை, தெற்கு வட்டகை எனக் குறிப்பிடுவார்கள்)

பெரும்போட்டு ஆளுக - பணம் படைத்தவர்கள். உடல் வலு கொண்டவர்களையும் பருத்தவர்களையும் கூடக் குறிப்பிடுவதுண்டு.

அம்மான் மகன் - மாமாவின் மகன். அம்மாவின் அண்ணன் அல்லது தம்பியின் மகன்.

அக்கினியாத்தா - அக்கினியாத்தா, அடைக்கியாத்தா, மெய்யாத்தா, காளியாயா ஆகியோர் குறிப்பிட்ட கோவில் சார்ந்தவர்கள் கும்பிடும் தெய்வம்.

பெட்டியடிப் பயலுக - கிட்டங்கியில் பெட்டியடியில் வேலை செய்பவர்கள். இவர்கள்தான் வட்டி வசூல் செய்யப் போவார்கள்.

சுருக்கிக்கினு - கணக்கை முடித்துப் பணத்தை வாங்கிக் கொள்ளுதல். வியாபாரத்தைச் சுருக்கிக் கொள்ளுதல்.

8

கல்யாணப் படைப்பு - திருமணம் முடிந்ததும் சாமி வீட்டில் படைத்து வழிபடுவது.

கோழிப்படைப்பு - சாமிக்கு கோழி அறுத்துப் படைப்பதுண்டு. இதை அசைவப் படைப்பு என்பார்கள்.

ஒறங்கப்பச்சி - உறங்கு அப்பச்சி, தூங்குப்பா எனச் சொல்லுதல்.

மறுவீடு - திருமணம் முடிந்து மறுவீடு வருவது.

சோகி சிவா

பால்பழம் வைச்சுக் கும்பிடுதல் - வீட்டில் இருக்கும் சாமிக்கும் முன்னோருக்கும் பால் பழம் படைத்துக் கும்பிடுதல்.

பால்பழம் சாப்பிடுதல் - திருமணம் முடிந்த தம்பதியர் தாய்வீட்டுக்கு மறுவீடு வரும்போது உறவுக்காரர்கள் கையால் பால்பழம் சாப்பிடுவார்கள்.

வகைப்பழம் - திருமணத்துக்குச் சீராகக் கொடுப்பது, மேலும் பல வகையான பழங்களை வைத்துக் கும்பிடுதல். (ஆப்பிள், ஆரஞ்சு, சாத்துக்குடி பைனாப்பிள், மாதுளை, செவ்வாழை, ப்ளம்ஸ்),

பேழை - முன்னோர்களுக்கு வருடா வருடம் படைக்கும் பொருட்களை (தாலி, மிஞ்சி, சங்கிலி பதக்கம், மோதிரம், உடைகள்) - பேழை எனப்படும் மூடி போட்ட கொட்டான் கூடைகளில் கட்டித் தொங்க விட்டு வைத்திருப்பார்கள். முதல் வருடப் படைப்புச் சேலைகளை எடுத்துக் கொண்டு அடுத்த வருடப் படைப்புச் சேலைகளை அதில் வைப்பார்கள்.

வர்க்கானம் - கலவைசாதம், சித்ரான்னம்.

எளநி கண் தொறந்து வைத்தல் - கோவிலில் எளநியைக் கண் திறந்து முன்னோடி அல்லது காவல் தெய்வத்துக்கு வைப்பார்கள்.

கார் ஓட்டிய மணியமாக - ஒரு விஷயத்தைத் தொடர்ந்து செய்தால் ஒரே வேலை மணியமாக இருக்கு எனச் சொல்வார்கள்.

கல்யாணச் சீர் பரப்புறது - திருமணச் சீரில் மாப்பிள்ளை சாமான், பெண்ணுக்கு வைக்கும் சாமான், மாமியார் சாமான் எனப் பரப்புவார்கள்.

குடி ஊதுறது - இல்லம் புகுதல், திருமணமாகி மாமியார் வீடு செல்லல், புது இல்லம் புகுதல்.

வேற வைக்கிறது - மாமியார் மருமகள் என்றாலும் தனித்தனியாக ஒரே வீட்டில் வேற வடிப்பது உண்டு. அதற்கு மாமியார் மருமகளுக்குத் தீஞ்சாமான்களைக் கொட்டிக் கொடுப்பார்கள்.

தேனம்மை லெகூஷ்மணன்

யாபகத்துல - *ஞாபகத்துல.*

கரும்புத் தொட்டில் - *முத்தாளம்மன் கோவில் திருவிழாவில் கரும்பைக் கட்டையாக்கி அதில் தொட்டில் கட்டிப் பிள்ளைகளைப் போட்டு உலாவந்து வேண்டுதல் நிறைவேற்றுவார்கள்.*

பொதுப்படைப்பு - *பங்காளிகள் ஐயாக்க வீடு படைத்தபின் பொதுமக்களும் கலந்து கொண்டு சாமி கும்பிடும் படைப்பு. (மெய்யாத்தா படைப்பு)*

ஆம்புள்ளையான் - *கணவன், புருஷன்.*

அம்மாமுண்டி - *அம்மான்பெண்டிர், மாமாவின் மனைவி.*

கம்மாய் - *கண்மாய், ஊரணி*

சின்னாச்சி - *வீட்டில் இருக்கும் சிறு பெண்களை வேலை செய்வோர் சின்னாச்சி என அழைப்பார்கள். பெரியவர்களை ஆச்சி என்றோ அல்லது பெரியாச்சி என்றோ அழைப்பார்கள்.*

இரட்டை வீடு - *இரண்டு வீடுகள் இணைந்தது போல் இருக்கும் வீடு, இதில் இரட்டை வளவு, இரண்டு இரண்டாங்கட்டு இருக்கும். ஒரு வீட்டில் புகுந்து மறு வீட்டுக்கும் வரலாம்.*

படைப்புப் பள்ளயம் - *சாமிக்குப் படைப்பது. ஏழெட்டு இலைகள் போட்டுப் ப்ரசாத உணவுகளை குவித்துப் பழம் வடை போன்றவற்றையும் நிறைய வைத்துப் படைப்பது.*

ராராட்டி - *தாலாட்டி*

தொட்டி கட்டுதல் - *சாமிக்குத் தொட்டில் கட்டுவதாக வேண்டிக் கொள்ளுதல்.*

பந்திக் கட்டு - *திருமணம் போன்ற சமயங்களில் நிறையபேர் அமர்ந்து சாப்பிடும் இடம்.*

என்னங்கிறேன் - *கணவரை மனைவி விளிக்கும் சொல். (என்னங்க என்கிறேன்)*

9

உத்தரவு - சம்மதம். அனுமதி, ஆசி

பொங்கச்சீர் - பொங்கப்பானை கொடுத்தல்.

மொறைச்சிட்டைப்படி - பெண் பார்த்ததிலிருந்து அனைத்தும் மாப்பிள்ளை பெண் வீடுகளில் முறைச் சிட்டையில் குறித்தபடியே கொடுத்து வாங்கிக் கொள்வார்கள்.

எத்தைத்தண்டி - எவ்வளவு பெரிசு.

ரெட்டை வீடு - இரண்டு வீடுகள் இணைந்தது.

ரெட்டை வளவு - இரண்டு வீடு இணைந்து இருந்தால் இரட்டை வளவு என்பார்கள்.

மருகிக் கொண்டு - மனதில் கவலையை மறைத்துக் கொண்டு.

ஆத்தாப் பொண்ணு மகளை தாய், தகப்பன், ஐயா, ஆயா, அப்பத்தா போன்றோர், நெருங்கிய உறவினர்கள் அழைக்கும் சொல்.

வளவு - வீட்டினுள் முதல் கட்டில் இருக்கும் வளைவான பகுதி. இது இரண்டாம் மூன்றாம் கட்டுக்களிலும் இருக்கும் பத்தி போன்ற பகுதிதான்.

சொட்டவாளங்குட்டி - மிக அழகாக இருப்பவர்களை சொட்டவாளங்குட்டி என்பார்கள்.

தலைப்பாக் கட்டுதல் - உருமால் கட்டுதல். சீர் செய்யும் போது தலைப்பாகை கட்டிக் கொண்டு கொடுப்பார்கள்.

கடகாம் - கொட்டான் போன்று வடிவமைக்கப்பட்ட பாத்திரம், இது வெள்ளியிலும் சில்வரிலும் இருக்கும், கெட்டியான பிரம்புக் கொட்டான்களையும் கடகாம் என்று சொல்வதுண்டு.

தடுக்கு - அனுவல்களின்போது தரையில் அமர விரிக்கப்படுவது. இதில் அமர்ந்துதான் இரு சம்பந்தியாரும் இசைகுடிமானம் எழுதிக் கொள்வார்கள்.

உங்கப் பிடிக்கல - உண்கப் பிடிக்கவில்லை, சாப்பிடப் பிடிக்கவில்லை.

குறிச்சி - ஈஸி சேர், ஸோஃபா போல் மரத்தில் செய்து பிரம்பில் முடையப்பட்டது. இது பட்டாலையில் இருக்கும். வீட்டின் மூத்த ஆண்கள் பெரியோர் சாய்ந்து கொள்வார்கள்.

அப்பச்சி - தந்தை, தகப்பனார், அப்பா.

10

ரத்தினக் கம்பளங்கள் - பின்னல் வேலைப்பாடு உள்ள கனத்த வெல்வெட் போன்ற கம்பளம்.

செவஞ்சொத்து - சிவன் சொத்து.

கொலநாசம் - குலநாசம், குலத்தின் அழிவு.

கெடை - உடல்நலக் குறைபாட்டினால் வீழ்ந்து கிடப்பது.

11

காரியம் - வேலை. இங்கே ஒருவரின் கடைசிக் காரியம் செய்வதைக் குறிக்கும்.

பட்டம் சுத்துதல் - ஒருவர் இறந்தபின் ஈமச் சடங்கின் போது அவரைக் குளியாட்டி உறவினர்கள் பந்தக் காலைச் சுற்றி வந்து வணங்குதல். பெண் என்றால் தோளில் வெண் புடவையைப் போட்டு மூன்று முறை பட்டம் சுத்திப் பிறந்த வீட்டினர் அப்புடவையை அவள் மேல் போடுவார்கள்.

வெள்ளைச் சீலைக்கார ஆச்சிக - கணவரை இழந்தவர்கள் வெள்ளைச் சேலை அணிந்திருப்பார்கள். அவர்களைக் குறிப்பிடும் சொல்.

பந்தக்கால் - இறந்தவரைக் குளியாட்டி இந்தப் பந்தக்காலில் பாய் விரித்துக்கிடத்துவார்கள். நாற்புறமும் சாணி வைத்துப் பந்தக்கால் நட்டிருப்பார்கள்.

சாவல் - சேவல்

கட்டத்தலம் மயானம். உடலென்னும் கட்டையை எரிக்கும் தலம்.

நொடித்தல் - முகத்தைத் தோள்பட்டையில் இடித்தல், அல்லது பிறர்மீது கோபத்தோடு இடித்துக் காட்டுதல்.

லண்டி மட்டை - திட்டுச் சொல்வழக்கு. யாருக்கும் அடங்காதவள் என்று அர்த்தம்.

12

கவர்மெண்டுல எடுத்துக்கிடுவாகளாம் - அரசாங்கத்தால் கையகப்படுத்தப்படும்.

கரம்பை - சரளைக்கற்கள்.

ஒவ்வொருதாட்டியும் - ஒவ்வொரு முறையும்.

ஆத்தா வீட்டு ஆளுக - தாய்வழிச் சொந்தம்.

செலவுநடை - தினப்படிச் செலவு. அன்றாடச் செலவு.

வட்டிக்கடையில் அடைச்ச பணம் - வட்டித் தொழில் செய்யும் நம்பிக்கையான ஒருவரிடம் அசலைக் கொடுத்துவிட்டு அவர்களிடமிருந்து வட்டியை வாங்கிக் கொள்ளுதல்.

டிமிக்கி - ஏமாத்துதல்.

எக்கு - எனக்கு.

இறுக்கு - இரும்பு போல் உறுதி.

முகப்பு - வீட்டின் முன் பகுதி.

நடை - வீட்டின் நடைபாதைப் பகுதி. வாசலில் இருந்து ஆல்வீடு தாண்டி இரண்டாங்கட்டு வரை உள்ள நீண்ட நடைப்பகுதி.

வேகு வேகென்று - வேகம் வேகமாக.

கலவரப்படுத்திப்புடப்புடாது - பயப்படுத்தி விடக் கூடாது.

போஜன் ஹால் - சாப்பாட்டுப் பந்தி.

தேனம்மை லெகூஷ்மணன்

சீனாக்காரன் தலையில தீயைப் பத்த வை - இந்தியச் சீன யுத்தம் முடிந்தபின் சிறுவர்கள் பாடும் வேடிக்கைப் பாட்டு.

13

பொட்டல் - மைதானம்.

கூட்டுப் பட்டா - கூட்டாக இருக்கும் பட்டாப் பத்திரம்.

கூட்டுப் பத்திரம் - ஒரே பத்திரம்.

தாய்ப்பத்திரம் - பூர்வீக சொத்துப் பத்திரம்.

வேத்தாள் - அந்நியர், வேறு ஆள்.

பாட்டையா - அப்பாவின் ஐயா. ஐயாவின் அப்பச்சி.

இருசி மட்டை - கருணை இல்லாதவள்.

வட்டிக்கடைத் தடைச்சட்டம் - 1977 இல் கொண்டு வரப்பட்ட அரசுச் சட்டம்.

போக்கடாப் பயல் - போக்கற்றவன், அயோக்கியன்.

கொண்டிமாடு மாதிரி - கண்டிக்க ஆள் இல்லாமல், கோவில் மாடு மாதிரி அலைவது,

வாய்செத்துப் போனாக - பயத்தால் பேச இயலாமல் இருப்பவர்கள்.

பக்கத்து வளவு - பக்கத்து வீட்டில் இருப்பவர்கள்.

ஈமக் கிரியை - இறுதிச் சடங்கு

பங்குக்காரவுக - வீட்டில் ஒரே குடும்பத்தைச் சேர்ந்தவர்களோ அல்லது வெவ்வேறு கோயிலைச் சேர்ந்தவர்கள் பங்கு வாங்கிக் கொண்டு வந்தாலோ அவர்களைப் பங்குக்காரவுக என்று சொல்வார்கள்.

14

ஆத்தங்குடிக் கல் - போன நூற்றாண்டிலிருந்து பயன் பாட்டில் இருந்துவரும் ஆத்தங்குடி டைப் மார்பிள் கல்/ மொஸைக் கல்/பூக்கல்.

ரெட் ஆக்ஸைட் - தரைக்கு சிமெண்ட் தளம் போடுவது போல் இந்த ரெட் ஆக்ஸைடையும் போட்டுப் பூசி வைப்பார்கள்.

பெறளுது - பிரண்டு போதல்.

இரண்டாம்கட்டு - வீட்டின் பின்பகுதி. முதற்கட்டை அடுத்து ஆல்வீடு அதன் பின் இருப்பது இரண்டாம் கட்டு.

சங்கு - குழந்தைகளுக்குப் பால் புகட்டும் சில்வர் பாலாடை

கேதம் - இறப்பு, சாவு.

ஓரந்தட்ட - உடம்பில் பிடித்த வாயு போன்றவற்றைத் தட்டுவதன் மூலம் நீக்குவது.

பொறைத்தட்ட - புரை ஏறியவர்கள் இருமிக்கொண்டே இருப்பார்கள். புரைத்தட்டினால் அது நீங்கிக் குணமடைவார்கள்.

ஓரமெடுக்க - தலை நிற்காத குழந்தைகளுக்குக் கழுத்தில் சிலசமயம் சுளுக்கு விழுந்துவிடும். அதை நீக்கப் புடவையில் வைத்து உருட்டி ஓரமெடுப்பார்கள்.

15

ஆத்து ஆத்துப் போய் - அழுது அழுது மனம் இற்றுப் போய்

தூக்குச் சட்டி - சொருகு சட்டி, தூக்குப் பாத்திரம்.

கசாப்புக் கொழம்பு - மட்டன் குழம்பு.

மொளக்கமாத்துக் குச்சி - விளக்குமாற்றுக் குச்சி, பெருக்குமாறு, துடைப்பக் குச்சி.

துண்ணூத்து மடல் - திருநீற்று மடல், விபூதி கொட்டிவைக்கும் மரத்தாலான மடல்.

அரச விட்டு - ஆண்பிள்ளையை அரசு என்பார்கள்.

16

ஒக்கிட - ரிப்பேர் செய்ய, பழுது நீக்க, சரி செய்ய., மராமத்து செய்தல்

காரை பூசுதல் - அந்தக்காலத்தில் முட்டை வெண்கரு, கருப்பட்டி, சிப்பி எல்லாம் சேர்த்து அரைத்துச் சுவர் பூசுவார்கள்.

மராமத்து - ரிப்பேர் செய்து பராமரித்தல்

ஈவுச்சுக்குவோம் - பிரிச்சுக்குவோம். செலவைப் பங்கிட்டுக் கொள்வோம்.

பூச்சி பொட்டுக்கள் - வண்டு தேனீ குளவி பாம்பு பூரான் போன்ற பூச்சிகள்

நடையன் - செருப்பு

முழுக்குத் துணி - தீட்டுக் காலங்களில் உடுத்தி இருக்கும் துணி.

சுண்டக் கொழம்பு - சுண்ட வைத்த பழங்குழம்பு.

குடிவண்ணார் கூலி - வருடா வருடம் சலவைத்தொழிலாளிகளுக்கு வழங்கும் ஆண்டுக் கூலி.

தீட்டுத் துணி - இரத்தப் போக்கின் போது பெண்கள் பயன்படுத்தும் துணி.

தேங்கொழல் - தேன் குழல், முறுக்குப் போல சுடும் பலகாரம்.

துத்தநாகத் தகரம் - சிங்க் எனப்படும் மூடி போட்ட தாமிரத் தகர டின்.

ஒறை ஊத்திப்பிட்டு - தயிராக உறை ஊற்றுதல்.

மேரி ரொட்டி - மேரி பிஸ்கட்

மே வீடு - மாடி, மேல் வீடு, மச்சு,

டைவர் - ட்ரைவர்.

விபூதி பூசிக் கும்பிடுதல் - சாதம் வடித்தவுடன் நிமிர்த்தி வைத்து விபூதியைக் குழைத்து மூன்று பக்கமும் பூசி அன்னத்தை சிவனாக வணங்குதல் மரபு.

கட்டுத்துறை - மாடு கன்னுகள் கட்டிக் கிடக்கும் இடம்.

17

புள்ள கூட்டுதல் - குழந்தை இல்லாதவர்கள் அதிகக் குழந்தை உள்ள அதே கோவிலைச் சேர்ந்தவர்களிடம் இருந்து பிள்ளையை சுவீகாரம் செய்து கொள்வார்கள்.

ஆம்பிள்ளையான் பேர் சொல்ல - கணவனின் பேர் சொல்ல வாரிசு வேண்டும்.

வீடு விளங்கோணும் - வீடு விளங்கப் பிள்ளைகூட்ட வேண்டும்.

புள்ள விடுற ஜாதகம் - பிள்ளை விடுற ஜாதகம் என்றால் அந்தப் பையனுக்கும் ஜாதகத்தில் இன்னொரு தாய் தகப்பனுக்கு மகனாகப் போகவேண்டும் என்ற அமைப்பு இருத்தல்.

நாளப் பின்ன - பிற்காலத்தில், தன் காலத்துக்குப் பிறகு.

பின்னுன துண்டு - இங்கே பின்னிய துண்டுகள் எல்லாம் ஸ்பெஷல். எம்பிராய்டரி வேலைப்பாடு, கன்னுத்துணி, மேட்டித் துணியில் வேலைப்பாடு செய்து அதில் பட்டி தைத்துப் பிள்ளையைப் போட்டு எடுக்கிக் கொடுப்பார்கள்.

குத்தாலந்துண்டு - குற்றாலந்துண்டு என்பது குளிக்கும்போது உடுத்திக்கொண்டு குளிக்கிற துண்டு.

தனதுக்குப் பிள்ளை கூட்ட - தனதுக்கு, தனக்கு

சாமான் சட்டி - பொருட்கள். சீர் பொருட்கள்

கொள்ளலன்னாலும் - மிகுந்த, அளவில்லாத சந்தோஷத்தால் பெருமிதம் அடைதல்.

மகமிண்டி - மகன்பெண்டிர், மகனின் மனைவி. மருமகள்.

தூரம் கெடந்துட்டா - தீட்டு ஆதல்.

எடசங்கமா - இடை சங்கமா, இடுக்கு, இக்கட்டு.

கல்யாணங்க் கேக்க வாரவுக - கல்யாணத்தில் கலந்து கொள்ள இயலாதவர்கள் அதன் பின் கல்யாணம் விசாரிக்க வருவார்கள்.

தாய புள்ளைக - தாய்வீட்டார், பிள்ளைகள், ஒரேகுடும்பத்தைச் சேர்ந்தவர்கள், அண்ணன் தம்பி, அக்கா தங்கையர்.

மக்குவாய் மாதிரி - வாயை மடித்தல், பேசத் தெரியாதமாதிரி, பேச விருப்பமில்லாதது போல் தோற்றம் கொடுத்தல்.

பொறகாடி பின்னாடி, பின்னே,

ஒண்ணு ரெண்டு மாத்தையிலே - ஒன்று இரண்டு மாதங்களில்

18

துட்டக் குட்டி - துஷ்டக் குட்டி.
வாய்க்கிலட்டா - வாந்தி எடுக்க வருகிறாற்போல.
மூசு மூசுன்னு - அழும்போது எழும் ஒலி.
ஒஞ்சரிச்சு - ஒருக்களித்து

பதக் பதக்கென்றிருந்தது - பயத்தால் நெஞ்சம் பதக் பதக் என அடித்தல்.

யாவாரி - வியாபாரி.

பெரண்டு - ஃப்ரெண்டு. நட்பு, சிநேகம்.

கொமைஞ்சிக்கிட்டு - குமைந்துகொண்டு, மன வருத்தத்தால் புழுங்கிக் கொண்டு

நத்தமான நத்தம் - ரத்தமான ரத்தம்.

கருநாக்கு - நாக்கில் கருப்பு நிறம் காணப்படல்.

வெள்ளந்தி - அப்பிராணி, வெகுளி.

19

பிள்ளை பிறந்தது கேட்க - குழந்தை பிறந்ததைக் கேட்க

ஆம்பிள்ளையான் பேர் இட்டுக்க - கணவனின் பெயரை வாரிசுக்கு இடுவது

அவ பேரைத்தான் இடோணும் - அவ பேரைத்தான் வைக்க வேண்டும்

பேரிட்டார்கள் - பெயரிடுதல் என்றால் பெயர் வைப்பது, பெயர் வைத்தார்கள்.

வேளார் - குலதெய்வம் கோயிலில் தெய்வத்தொண்டு புரியும் பூசாரி.

படைப்பு வீடு - சாமிக்குப் படைக்க எனத் தனியாக வீடு இருக்கும்.

பூசை வீடு - திருக்கார்த்திகைப் பூசை செய்யும் வீடு.

மலயா ரிப்பனில் போ கட்டுவது - ரிப்பனை பூப் போல முடிவது.

லப்பர் பாண்டு ரப்பர் பாண்ட்.

சமத்தி - கெட்டிக்காரி

அமயஞ்சமயம் - அவசரத்துக்கு, கை உதவியாய், அந்நேரத்துக்கு

புது நெறம் - மாநிறம் என்பதை புது நிறம் என்பார்கள்.

ஆத்தாப்பொண்ணு சீத்தாப் பழம் - பெண்குழந்தையைக் கொஞ்சுவது. ரங்கம் பழம் என்றால் ஆண்குழந்தையைக் கொஞ்சுவது. சீதாப்பழம் என்றால் பெண் குழந்தையைக் கொஞ்சுவது.

20

பாங்கு மெர்ஜர் - திவாலான அல்லது நிர்வகிக்க முடியாத வங்கி இன்னொரு தனியார் அல்லது அரசு வங்கியுடன் இணைவது.

அடிமொதல் - அஸ்திவாரம், பின்புலம், வீட்டில் இருக்கும் அனைத்துப் பூர்வீகச் சொத்தும், வீட்டையும் சேர்த்து.

நடைமுறைச் செலவு - தினப்படிச் செலவு, மாதாந்திர வருடாந்திரச் செலவுகளும் சேர்த்து.

ரோசிச்சபடி - யோசித்தபடி.

திருவனந்தல் - நகரச்சிவன் கோயில்களில் தினம் நடக்கும் காலைச்சந்தி பூஜை.

கைப்பெட்டி - கணக்கு வழக்கு, மாமப்பட்டு, பட்டில் முடியும் காசு, கணக்கு நோட்டு, நூல்கண்டு, எழுது பொருட்கள் உள்ள பெட்டி.

சாய்வு மேசை - கணக்கு எழுதப் பயன்படும் மேசைப் பலகை.

பேரேடுகள் - மொத்தக் கணக்கு வரவு செலவு அடங்கியது பேரேடு.

ஒட்டுவாரொட்டி - ஒருவரோடு ஒட்டிக்கொள்ளுதல். குழந்தைகள் அம்மாவின் இடுப்பில் ஒட்டிக் கொள்வதை இப்படிக் கூறுவார்கள்.

முருதாடி - முரட்டுப் பெண்.

சீண்ட்ரம் - கோவக்காரி, பொல்லாதவள். சீண்டினால் பின் விளைவுகள் கடுமையாக இருக்கும்.

பெறாத மகனாக - பெற்றெடுக்காவிட்டாலும் மகனாக நினைத்தல்

அடிப்பாதரவே - கவலை மேலிடக் கூறும் சொல்வழக்கு. அடப்பாவமே என்பது போல்

பிரம்மோத்ஸவம் - கோவிலின் வருடாந்திரத் திருவிழா.

மொறைப்பலகாரம் - திருமணத்தின் போது பெண் வீட்டார் மாப்பிள்ளை வீட்டாருக்குக் கொடுக்கும் முறைப் பலகாரம். தேன்குழல், முறுக்குவடை, மனகோலம், அதிரசம் இதுபோல்

மக்க பொண்டுக - மக்கள், குழந்தைகள், பெண்டிர். தன்னைச் சார்ந்த, தன் குடும்பம் சார்ந்த மனிதர்கள், குழந்தைகள், பெண்கள்.

21

ரொட்டிப் பொட்டித் தகரம் - ஒரு காலத்தில் ரொட்டி/ பிஸ்கட் வைக்கப் பயன்பட்ட ஒரு நீள் செவ்வக டப்பா

பெருமை பீத்தக்கலம் - அடுத்தவர்களுடன் இயல்பாக உரையாடாமல் தன்னைப் பெருமையாக எண்ணித் திரிபவர்களைக் கிண்டல் செய்வது. பீத்தல் கலத்தில், ஓட்டைக்கலத்தில் வைப்பது போல பெருமை வடிந்து விடும் என்பது.

தெம்பட்டுச்சு - தென்பட்டது, காண/உணரக் கிடைத்தது.

அடி ஆத்தி - ஆச்சரியத்தின் போதும் ஒரு புது விஷயத்தைக் கேள்விப்படும்போதும் இப்படிப்பட்ட சொலவடைகளை இருபாலாரும் உதிர்ப்பார்கள்.

சேய வேண்டிய புள்ளைய - கல்யாணம் செய்ய வேண்டிய பிள்ளை.

22

ஆய்ஞ்சு விட்ரும் ஆய்ஞ்சு - திட்டித் தீர்ப்பது, விமர்சிப்பது

நோட்டம் விட்டபடி - கண்காணித்தபடி

கையூனிக் கரணம் பாய்ஞ்சாலும் - வெகுவாகக் கஷ்டப்பட்டாலும் (கையை ஊன்றிக் குட்டிக்கரணம்/ பல்டி அடித்து வித்தைக்காரர்கள் செய்யும் வித்தை)

23

ஆத்தாடியோவ் - வெகுண்டு சொல்வது.

சுளகு - முறம் போன்று இருப்பது. முறம் விரிந்திருக்கும். சுளகு முடிவில் குவிந்திருக்கும்.

பானாக் காதுச் சட்டி - ப னா வடிவில் கைப்பிடி வைத்த சட்டி

அத்தத்தண்டி - அவ்வளவு பெரிய

தோது - திருமணத்துக்குத் தோதாகச்/சீராகக் கொடுக்கும் பணம், நகை.

தேனம்மை லெக்ஷ்மணன்

பெருவாரிப் பேரு - நிறையப் பேர்

சேயக்கொள்ள - திருமணம் செய்து வைக்க

எதவானவுக - வசதி இல்லாதவர்கள், பொருளாதார ரீதியாக எளியோர்

அதார - அது யாரை

தெங்கணம் - விவரம் புரியாதவர்கள்

மானி - மான அவமானத்துக்குக் கட்டுப்பட்டவர்கள்.

வளப்பு - வளர்ப்பு, வளர்த்த விதம்

கிராஸ் - இரு இனக் கலப்பு

செட்டிச்சி - செட்டிய வீட்டுப் பெண்/குழந்தை

மொறையாக - சீராக, பெற்றோருக்குக் கட்டுப்பட்டு

சமைஞ்சவோடனே - பெரிய பெண்ணாதல், புஷ்பவதியாதல்

அடிப்பாதரவே - இழிவரல் சொல்

கேளாம - கேட்காமல்

அடுப்படிப் பத்தி - சமையல்கட்டை ஒட்டிய நடைபாதைப் பகுதி

24

உபவாசம் - விரதம்

சோகிகள் இருந்த சீசா - தாயம் விளையாடும் சோகி எனப்படும் முத்துக்கள் வைத்த பாட்டில்.

எத்தைத்தண்டி - எவ்வளவு பெரிதாக

ரவைக்குத்தான் - இரவுக்குத்தான்.

தாயம் போட்டுத் தகைதல் - தாயம் என்றால் ஒன்று போடுதல், தகைதல் என்றால் ஆட்டத்தை ஆரம்பித்தல்.

பொறப்புல இருந்தா - பிறப்பில் இருந்தா என யோசிப்பது.

புடிமானம் - பிடிமானம்.

அப்பத்தா - அப்பாவின் அம்மா.

சகுனி - மகாபாரதத்தின் ஒரு பாத்திரம். தாயம் போட்டுச் சூதாட்டத்தின் மூலம் பாரதப் போர் நிகழக் காரணமானவன்.

கூட்டம் எக்கித் தள்ளியது - கட்டுக்கடங்காத கூட்டம்.

ஆசுவாசம் - நிம்மதி

செதர்காய் - கோயிலின் முன் அல்லது குறிப்பிட்ட சன்னதி முன் சிதறுமாறு உடைக்கும் தேங்காய்.

வெள்ளைச்சீலைக்கார ஆச்சி - விதவைப்பெண்களை அவர்கள் உடுத்தும் வெள்ளைச் சீலை மூலம் குறிப்பிடுவது.

பொசுப்பு - அதிர்ஷ்டம். பாக்கியம், அவகாசம். கொடுத்து வைத்தது அவ்வளவுதான் எனச் சொல்வார்கள்.

புள்ளை கூட்டுதல் - பிள்ளையில்லாதோர் பிள்ளை உள்ளவரிடம் இருந்து தத்து எடுத்துக் கொள்ளுதல், தன் மகனாக சுவீகாரம் செய்து கொள்ளுதல்,

ஆத்தாத்தோய் - ஆத்தா ஆத்தோய் என்று பெண்ணைப் பார்த்துக் கூறும் ஆச்சர்ய விளிப்பு.

துவாதசி பாரணை - துவாதசி விரதம் முடித்தல்.

பெருமா கொயில் - பெருமாள் கோயில்

மூட்டம் - மழைப் பொழிவிற்கான மேகமூட்டம்

25

சேஞ்சுக்குற - திருமணம் செய்து கொள்கின்ற

லெக்குல - இடத்துல

பொறசாதி - மற்ற சாதிக்காரர்கள்

மேங்கோப்பு - வீட்டின் மேல் பாகம்

தார்சு - கான்க்ரீட் தளம்

சேயிற வயசு - திருமணம் செய்யும் வயசு

அரிய தாக்கல் - சிறப்பான சம்பந்தம்

அலைமோதிக்கினு - அலைந்து திரிந்து தேடிக்கொண்டு

திருப்பூட்டுதல் - தாலி கட்டுதல்

கும்பிட்டுக் கட்டிக்கொள்ளுதல் - திருமணத்துக்கு வந்திருந்த அனைவரிடமும் தம்பதிகள் ஆசி பெறுவது

தன்மையாகப் பேசுதல் - மென்மையாக நடந்து கொள்ளுதல்

செவிமடுத்தல் - காது கொடுத்துக் கேட்பது

வாக்கப்படுதல் - திருமணம் செய்து கொள்ளுதல்

பொலிந்து கனிதல் - அதீத மகிழ்ச்சியில் அழகாதல்

26

முகப்பு - வீட்டின் முன் பகுதி. வரவேற்கும் பகுதி

ஆம்பிள்ளையான் கணவர்

மாசமாக இருப்பது - வயிற்றில் குழந்தையைச் சுமந்திருக்கும் நிலை

போரிடுதல் - பிள்ளைப் பேறு பார்த்தல்

பேரிட்டுக்குன - பேர் வைக்கப்பட்ட, பேர் இடப்பட்ட

ஆடுதோடாப் பாளை - ஆடுதொடா இலை

கைமருந்து - வீட்டு வைத்தியம், நாட்டு மருத்துவம்

ஆய்தல் - சுத்தம் செய்தல்

அரவம் - சத்தம்

பொட்டுப் போல - இருக்கும் இடம் தெரியாமல் அமைதியாக, சொன்னபடி கேட்டு

செட்டிய வீட்டுக் கெட்டி - செட்டிய வீட்டுக் கட்டுமானம். இறுக்கம். கொள்கைப் பிடிப்பு

புள்ளி - நகரத்தார் சேர்ந்த ஒன்பது கோயில்களில் நகரத்தார்களுக்குள் திருமணம் செய்த ஜோடி புள்ளியாகக் குறிக்கப்படுவர்.

கைப்பிள்ளை - கைக்குழந்தை

முழுகாம - வயிற்றில் குழந்தையைச் சுமந்திருத்தல்

தொணை - துணை

இருக்கதுன்னும் - இருப்பது என்றும்

மே வேலை - துணி துவைத்தல், வீடு கூட்டுதல், பாத்திரம் கழுவுதல் போன்ற வேலைகள் மேல் வேலைகள்

27

பச்ச மண்ணு - பச்சைக்குழந்தை , பச்சை மண்ணுப் போல இசைவாயிருத்தல்

பச்சக் குட்டி - சின்னப்பிள்ளை

பச்ச நத்தம் - சிறு குழந்தையைக் குறிப்பது. நத்தம் என்றால் ரத்தம் என்று அர்த்தம்

அப்பச்சி - தந்தை

ஆத்தாமை - ஆற்றமுடியாத மனவருத்தம்

ஊர்த்தாக்கல் - ஊர் நிலவரம், ஊர் விஷயங்கள்

கோயில் மாலை - நகரத்தாரில் திருமணம் செய்தால்தான் திருமண அத்தாட்சியாக புள்ளியாகக் குறிக்கப்பட்டு நகரத்தார் சார்ந்த ஒன்பது கோயில்களில் இருந்து கோயில் மாலை வரும்.

பத்தாவது கோயில் - பல்வேறு ஜாதி மதத்தில் காதல் கடிமணம் புரிந்து கொள்வோரையும் நகரத்தாராக அங்கீகரிப்பதற்காக சிலர் புதிதாக உருவாக்க நினைக்கும் ஒரு கோயில் பிரிவு.

மேக்கொண்டும் - மேற்கொண்டு, அதன் பிறகும்

பெண்ணுக்கு மறு கல்யாணம், மூன்றாம் கல்யாணம் - சில பெண்கள் இப்போதெல்லாம் சகஜமாக இரண்டாம், மூன்றாம் திருமணம் செய்துகொள்கிறார்கள்.

வராகன் - அந்தக் காலத்தில் 3500 ரூபாய் (பவுன் விலை மிகக்குறைவாக விற்ற காலம்.) வராகன் என்றால் பவுன்

பட்டம் சுத்துதல் - தாய் வீட்டினர் தோளில் வெள்ளைப் புடவையைப் போட்டுக் கொண்டு கணவனை இழந்த மகளை மாப்பிள்ளையின் சடலத்தோடு மூன்று முறை சுற்றி வருதல், சுற்றி வந்து அதன் பின் அவள் மேல் வெள்ளைச் சீலையைப் போடுதல்

தாலியைக் கழட்டிப் பாலில் போடுதல் - இச்சடங்கு கணவனின் சடலம் எடுத்துச் செல்லப்பட்ட பின் அந்த இடத்தில் கணவனை இழந்த பெண் அமர்ந்திருக்க அவளைப் போலவே கணவனை இழந்த பெண்கள் சூழ பால் வைத்த பாத்திரத்தில் அவளது தாலிச்சங்கிலியைக் கழட்டிப் போடச் சொல்வார்கள்.

ஈடுதாடாக - வாட்ட சாட்டமாக

ஏறு நெற்றி - முடி நெற்றியில் ஏறி அதிக அளவு முன் நெற்றி தெரிவது.

வந்த தாக்கல் - வந்த திருமணச் செய்திகள், வந்த சம்பந்தங்கள்

ஒச்சம் - உடற்குறை

வீட்டிற்குக் கூட்டிக்கொள்ளுதல் - தாய்வீட்டில் பிள்ளை பிறந்ததும் தங்கள் வீட்டிற்குத் தாயையும் சேயையும் மாமியார் வீட்டினர் அழைத்துக்கொள்ளுதல்

பெரியத்தா - பெரியம்மா

இஞ்ச - இங்க

பங்கு வீடு - பல உரிமையாளர்கள் உள்ள வீடு, பல பங்குகள் உள்ள வீடு

முழுக்கு - தீட்டு

28

வாஞ்சாலை - அன்பு, பிரியம், உளப்பூர்வமான பாசம்

ஒரக்க - உரக்க

ரெண்டு பேத்தையும் - ரெண்டு பேரையும்

ஒய்யாரமாக - அழகாக, மகிழ்வோடு

ஆதுரம் - பற்றுதலாக